VIETNAMESE PHRASE BOOK

VIETNAMESE PHRASE BOOK

by NGUYEN-DINH-HOA, Ph.D.
Southern Illinois University at Carbondale

CHARLES E. TUTTLE COMPANY
Rutland, Vermont & Tokyo, Japan

Representatives
Continental Europe: BOXERBOOKS, INC., *Zurich*
British Isles: PRENTICE-HALL INTERNATIONAL, INC., *London*
Australasia: BOOK WISE (AUSTRALIA) PTY. LTD.
104-108 Sussex Street, Sydney 2000
Canada: HURTIG PUBLISHERS, *Edmonton*

Published by the Charles E. Tuttle Company, Inc.
of Rutland, Vermont & Tokyo, Japan
with editorial offices at
Suido 1-chome, 2–6, Bunkyo-ku, Tokyo, Japan

Copyright in Japan, 1976, by Charles E. Tuttle Co., Inc.

Library of Congress Catalog Card No. 75-34841

International Standard Book No. 0-8048-1196-2

First Tuttle edition, 1976

Sixth printing, 1987

PRINTED IN JAPAN

CONTENTS

INTRODUCTION

The great popularity of Dr. Hoa's Phrase Book has led to a demand for a new edition. Many Westerners have received their first introduction to the Vietnamese language through this very valuable little book. The author's knowledge of linguistics and his long familiarity with the English language have enabled him to produce a work which is both accurate and serviceable. The Vietnamese-American Association is happy to present this new edition of the Phrase Book with the confidence that it will continue to serve as a very practical introduction to the Vietnamese language, a knowledge of which will, in turn, contribute to a better understanding and appreciation of the Vietnamese and their culture.

F. Raymond Iredell, Director
Vietnamese-American Association

PREFACE

This Phrase Book contains the words and expressions which British or American workers and officials are most likely to need in their daily contacts with their Vietnamese friends. The materials are presented in three parallel columns. The left-hand column gives the English contextual equivalents of the utterances to be learned. The middle column gives the Vietnamese utterances in a modified phonetic transcription designed to point out the significant features of Vietnamese pronunciation. In the right-hand column the Vietnamese utterances are repeated in the traditional orthography *(quoc-ngu)*.

The Table of Contents lists the situations covered. You should try to become familiar with the contents of the Phrase Book so that you will know where to find a given section when you need it. In each section you will find a number of questions, each one so phrased that the Vietnamese speaker can give you a simple answer, point out the direction, give you a number, and so on. Many of the expressions are given in the form of fill-in sentences, each containing a blank which you fill in with any of the words in the list that follows.

It is hoped that this little book—together with its companion volume, *English Phrase Book for Vietnamese Speakers*—will be of some use to our English-speaking friends around the world. To all of them this modest guide is humbly dedicated.

Nguyen-Dinh-Hoa, Ph.D.

1. GENERAL EXPRESSIONS

GREETINGS

ENGLISH	PRONUNCIATION	VIETNAMESE SPELLING
Hello (general form of greeting for any time of day), Greetings, *or* **Good bye.**	cà·w əwŋ cà·w bà· cà·w ko	Chào ông. Chào bà. Chào cô.
Mr. Ba. **Mrs. Ba.** **Miss Lan.**	əwŋ ba· bà· ba· ko la·n	Ông Ba. Bà Ba. Cô Lan.
How are you?	əwŋ mạyŋ khəwŋ bà· mạyŋ khəwŋ ko mạyŋ khəwŋ	Ông mạnh không? Bà mạnh không? Cô mạnh không?
I'm fine.	toy mạyŋ	Tôi mạnh.
Thank you.	ká·m ə·n əwŋ ká·m ə·n bà· ká·m ə·n ko	Cám ơn ông Cám ơn bà. Cám ơn cô.
You're welcome.	khəwŋ kɔ́ zì	Không có gì.

Chào ông !   Chào bà !   Chào cô !

ENGLISH	PRONUNCIATION	VIETNAMESE SPELLING
Excuse me.	sín lõy əwŋ	Xin lỗi ông.
	sín lõy bà·	Xin lỗi bà.
	sín lõy ko	Xin lỗi cô.
My name is Snow.	ten toy là· snow	Tên tôi là Snow.
What's your name ?	ten əwŋ là· zì	Tên ông là gì ?
	ten bà· là· zì	Tên bà là gì ?
	ten ko là· zì	Tên cô là gì ?
What's your name ? (very polite)	kwízayŋ là zì	Quý-danh là gì ?
Glad to meet you.	hənhạyŋ gəp əwŋ	Hân-hạnh gặp ông.
	hənhạyŋ gəp bà·	Hân-hạnh gặp bà.
	hənbạyŋ gəp ko	Hân-hạnh gặp cô.
Come in.	mèy əwŋ và·w	Mời ông vào.
	mèy bà· và·w	Mời bà vào.
	mèy ko và·w	Mời cô vào.
Please sit down.	mè·y əwŋ ŋòy	Mời ông ngồi.
	mè·y bà· ŋòy	Mời bà ngồi.
	mè·y ko ŋòy	Mời cô ngồi.
Sit here.	əwŋ ŋòy dəy	Ông ngồi đây.
	bà· ŋòy dəy	Bà ngồi đây.
	ko ŋòy dəy	Cô ngồi đây.

ENGLISH	PRONUNCIATION	VIETNAMESE SPELLING
Sit there.	əwŋ ŋòy dɤ́y	Ông ngồi đấy.
	bà ŋòy dɤ́y	Bà ngồi đấy.
	ko ŋòy dɤ́y	Cô ngồi đấy.
Will you have a cigarette?	mɤ̀·y əwŋ hút thuɛ́k	Mời ông hút thuốc.
Do you have a match?	əwŋ kɔ́ ziəm khəwŋ	Ông có diêm không?
Are you hungry?	əwŋ dɤ́y khəwŋ	Ông đói không?
	bà· dɤ́y khəwŋ	Bà đói không?
	ko dɤ́y khəwŋ	Cô đói không?
Would you like something to eat?	əwŋ an zì khəwŋ	Ông ăn gì không?
Would you like something to drink?	əwŋ uɛ́ŋ zì khəwŋ	Ông uống gì không?
Are you thirsty?	əwŋ khá·t khəwŋ	Ông khát không?
	bà· khá·t khəwŋ	Bà khát không?
	ko khá·t khəwŋ	Cô khát không?
So long.	cà·w əwŋ	Chào ông.
	cà·w bà·	Chào bà.
	cà·w ko	Chào cô.

ENGLISH	PRONUNCIATION	VIETNAMESE SPELLING
See you later.	lá·t nrẽ gập əwŋ lá·t nrẽ gập bà· lá·t nrẽ gập ko	Lát nữa gập ông. Lát nữa gập bà. Lát nữa gập cỏ.
See you tomorrow.	ma·y ñế	Mai nhé.
Good luck ! (in seeing someone off on a trip)	thiənlọ bīna·n	Thượng-lộ bình-an.
Congratulations.	mìŋ əwŋ mìŋ bà· mìŋ ko	Mừng ông. Mừng bà. Mừng cỏ.
Congratulations. (to couple)	mìŋ əwŋbà·	Mừng ông bà.
Happy New Year.	cúk mìŋ nam mế·y	Chúc mừng năm mới.
« Bottoms up ».	sín\ kạ·n li	Xin cạn ly.
To your health !	cúk əwŋ mayŋkhwẹ cúk bà· máyŋkhyɛ cúk ko mạyŋkhwɛ	Chúc ông mạnh khỏe. Chúc bà mạnh khỏe. Chúc cỏ mạnh khỏe.

LOCATION

When you want directions to get somewhere you use the sentence « Where is......? » and then add the words you need :

ENGLISH	PRONUNCIATION	SPELLING
Where is.......?	_____ dəw	.... đâu ?
the restaurant	tiệm an	tiệm ăn
Where is the restaurant ?	tiệm an dəw	Tiệm ăn đâu ?
the hotel	kháyksạ·n	khách-sạn
Whrere is the hotel ?	kháyksạ·n dəw	Khách-sạn đâu ?
the railroad station	ñà· ga·	nhà ga
Where is the r. r. station ?	ñà· ga· dəw	Nhà ga đâu ?
the toilet	kə̀w tiəw	cầu tiêu
the bathroom	ñà· tám	nhà tắm
Where is the bathroom ? (in a home)	ñà· tám dəw	Nhà tắm đâu ?
Where is the toilet ? (in a public place)	kə̀w tiəw dəw	Cầu tiêu đâu ?

DIRECTIONS

The answer to your question « Where is such and such a place ? » may be « **Go** left » or « Go right » or « Go straight ahead, » so you need to know these phrases :

ENGLISH	PRONUNCIATION	SPELLING
Go straight ahead.	đi thẳŋ dəy	Đi thẳng đảy.
Go left.	zɛ̃ ben cáy	Rẽ bên trái.
Go right.	zɛ̃ ben fả·y	Rẽ bên phải.

WHAT ARE THESE DIRECTIONS IN VIETNAMESE ?

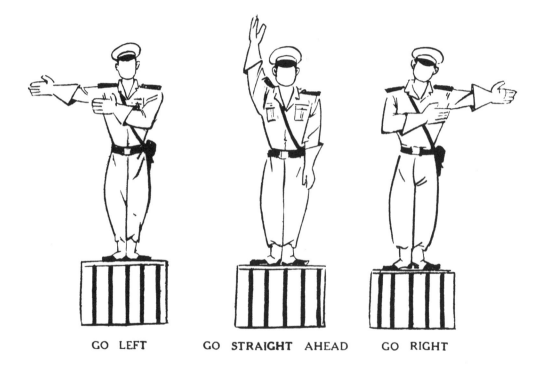

GO LEFT   GO **STRAIGHT** AHEAD   GO RIGHT

It is sometimes useful to say « Please point » :

Please point. | sin ci cɔ toɣ | Xin chỉ cho tôi.

If you are driving and ask for directions the distance will be given you in kilometers, not miles :

Kilometer. | kəɣ só | Cây số.

One kilometer equals 5/8 of a mile.

WHAT'S THIS?

When you want to know the name of something you can say

« What's this ? » or « What's that ? » and point to the thing you mean :

ENGLISH	PRONUNCIATION	SPELLING
what	ká·y zì	cái gì
this	ká·y này	cái này
What's this?	ká·y này là· ká·y zì	Cái này là cái gì ?
that	ká·y dó	cái đó
What's that?	ká·y dó là· ká·y zì	Cái đó là cái gì ?
that one over there	ká·y kiə	cái kia
What's that one over there ?	ká·y kiə là· ká·y zì	Cái kia là cái gì ?

ASKING FOR THINGS

When you want something, use the phrase « I want » and add the name of the thing wanted :

ENGLISH	PRONUNCIATION	SPELLING
I want........... to eat	toy muə́n ——— an kə·m	Tôi muốn........... ăn cơm
I want to eat. to drink	toy muə́n an kə·m uə́ŋ	Tôi muốn ăn cơm. uống
I want to drink.	toy muə́n uə́ŋ	Tôi muốn uống.

WHAT'S THE TIME IN VIETNAMESE ?

6 : 00

4 : 45

01 : 55

3 . 30

11 : 15

12 : 10

PHRASES TO HELP UNDERSTANDING

The following examples will show you how questions are answered :

ENGLISH	PRONUNCIATION	SPELLING
Is there any ?	kɔ́ khəwŋ	Có không ?
There is.	kɔ́	Có
There is not.	khəwŋ kɔ́	Không có.
Is that right ?	kɔ́ fạ·y khəwŋ	Có phải không ?
That's right.	fạ·y	Phải.
That's not right.	khəwŋ fạ·y	Không phải.
Is that correct ?	kɔ́ dúŋ khəwŋ	Có đúng không ?
That's correct.	dúŋ	Đúng.
That's not correct ?	khəwŋ dúŋ	Không đúng.
Is it OK ?	kɔ́ dɪək khəwŋ	Có được không ?
It's OK.	dɪək	Được.
It's not OK.	khəwŋ dɪək	Không được.

Question 1 really means «have (or) not have». The answer that corresponds to English «yes» is really «have», and the answer that is the same as English «no» is really «not to have». Other questions are similar : the listener is given two choices and must reply by indicating which one he believes to be correct — — that is, by repeating the right part of the question.

ENGLISH	PRONUNCIATION	SPELLING
You may.	dɪək	Được.
You may not.	khəwŋ dɪək	Không được.
Perhaps.	kó lẽ,	Có lẽ.
It's possible.	kó the	Có thể.
Certainly, Surely.	chákcán	Chắc-chắn.
I don't know.	toy khəwn biət	Tôi không biết.
I know.	toy biệt	Tôi biết.
I think so.	toy tɪən thế	Tôi tưởng thế.
I don't think so.	toy khəwn tín thế	Tôi không tin thế.
I am afraid.	toy sə·	Tôi sợ.
I am sorry.	toy tiék	Tôi tiếc.
I see.	toy thấy zồy	Tôi thấy rồi.
What language do you speak ?	əwŋ nóy tiến zỉ	Ông nói tiếng gì ?
	bà· nóy tiến zỉ	Bà nói tiếng gì ?
	ko nóy tiến zỉ	Cô nói tiếng gì ?
Do you speak English ?	əwŋ kó nóy tiến ayŋ khəwn	Ông có nói tiếng Anh không?
I speak..........	toy nóy _____	Tôi nói..........
Vietnamese	tiến việt	tiếng Việt
Chinese	tiến cuŋhwa·,	tiếng Trung-Hoa
Mandarin	tiến kwa·nhwa·	tiếng Quan-Hỏa

ENGLISH	PRONUNCIATION	SPELLING
Cantonese	tiə́ŋ kwa̍·ŋdəwŋ	tiếng Quảng-Đông
Japanese	tiə́ŋ ñẹt	tiếng Nhật
Korean	tiə́ŋ ka·wli	tiếng Cao-Ly
Thai	tiə́ŋ thá·y	tiếng Thái
Burmese	tiə́ŋ ziə́ndiən	tiếng Diến-Điện
Cambodian	tiə́ŋ kambót	tiếng Căm-Bốt
Lao	tiə́ŋ là̃·w	tiếng Lào
Malay	tiə́ŋ mã·la·y	tiếng Mã-Lai
Indonesian	tiə́ŋ na·mziən	tiếng Nam-Dương
Hindustani	tiə́ŋ ə́ndọ	titếng Ấn-Độ
Pakistani	tiə́ŋ hòykuə́k	tiếng Hồi-Quốc
French	tiə́ŋ fá·p	tiếng Pháp
Spanish	tiə́ŋ ifa·ñõ	tiếng Y-Pha-Nho
Italian	tiə́ŋ í	tiếng Ý
German	tiə́ŋ dɤ́k	tiếng Đức
Russian	tiə́ŋ ŋa·	tiếng Nga
Dutch	tiə́ŋ hà·la·n	tiếng Hà-Lan
Arab	tiə́ŋ a·zạp	tiếng Ă-Rập
I don't speak well.	toy nɤ́y kém lắm	Tôi nói kém lắm.
Is there an interpreter ?	kɔ́ thəŋ ŋon khəwŋ	Có thông-ngôn không ?
Do you understand ?	əwŋ hiə̌w khəwŋ	Ông hiểu không ?
I don't understand	toy khəwŋ hiə̌w	Tôi không hiểu.

ENGLISH	PRONUNCIATION	SPELLING
What did you say ?	əwŋ nóy zỉ	Ông nói gì ?
Please speak slowly.	sin əwŋ nóy cəm	Xin ông nói chậm.
Please repeat.	sin əwŋ ñák lạ·y	Xin ông nhắc lại.
What do you call this ?	ká·y này gọy là· zỉ	Cái này gọi là gì ?
What is this ?	ká·y này là ká·y zỉ	Cái này là cái gì ?
What is that ?	ká·y đỏ là· ká·y zỉ	Cái đó là cái gì ?
Wait here.	sin əwŋ đẹ·y đəy	Xin ông đợi đây.
Wait a moment.	sin əwŋ đạ·y mọt cút	Xin ông đợi một chút.
Come with me.	sin đi thew toy	Xin đi theo tôi.
.... wants to see you.	muốṗ gạp əwŋ	.... muốn gặp ông.
I want to ask you some questions.	toy muốn họy əwŋ và·;y kəw	Tôi muốn hỏi ông vài câu.
Answer « yes » or « no ».	sin ca·lə̀·y kó hay khəwŋ	Xin trả lời « có » hay « không ».
Please show me.	là·mə·n cỉ cọ toy	Làm ơn chỉ cho tôi.
Read this.	sin đạwk ká·y này	Xin đọc cái này.
Write this number.	sin biən kon số này	Xin biên con số này.
Draw a picture of it.	vẽ sem	Vẽ xem.
Tell the truth.	sin nóy thẹt	Xin nói thật.
Don't be afraid !	dừŋ sạ·	Đừng sợ.
There will be no trouble.	khəwŋ sa·w đəw	Không sao đâu.

QUESTIONS ABOUT AN INDIVIDUAL

ENGLISH	PRONUNCIATION	VIETNAMESE SPELLING
What nationality are you ?	əwŋ **kuə́ktịk zì**	Ông quốc-tịch gì ?
I am a.........	toy là· _____	Tôi là.........
My wife is a........	vẹ· toy là· ____	Vợ tôi là.........
Vietnamese	ŋɪ̀əy viẹtna·m	người Việt-Nam
Chinese	ŋɪ̀əy cuŋhw̃a·	người Trung-Hoa
Japanese	ŋɪ̀əy nẹtba·n	người Nhật-Bản
Korean	ŋɪ̀əy ka·wlɪ	người Cao-Ly
Cambodian	ŋɪ̀əy kambót	người Căm-Bốt
Laotian	ŋɪ̀əy là·w	người Lào
Thai	ŋɪ̀əy thá·y	người Thái
Burmese	ŋɪ̀əy ziə́ndiən	người Diến-Điện
Malay	ŋɪ̀əy mã·la·y	người Mã-Lai
Indonesian	ŋɪ̀əy na·mɛɪən	người Nam-Dương
Filipino	ŋɪ̀əy filwəttən	người Phi-luật-Tân
American	ŋɪ̀əy mĩ	người Mỹ
Englishman	ŋɪ̀əy ayŋ	người Anh
Frenchman	ŋɪ̀əy fá·p	người Pháp
Spaniard	ŋɪ̀əy ifa·ño	người Y-pha-Nho
Italian	ŋɪ̀əy í	người Ý

ENGLISH	PRONUNCIATION	VIETNAMESE SPELLING
Where are you from ?	əwŋ ở· dəw dén	Ông ở đâu đến ?
Where are you from ?	əwŋ ŋɨờy nɨɨ́k nà·w	Ông người nước nào ?
What is your native region ?	əwŋ ŋɨờy vùŋ nà·w	Ông người vùng nào ?
I'm a native of..........	toy ŋɨờy _____	Tôi người........
Where do you live ?	əwŋ ở· dey	Ông ở đâu ?
I live in Thu Duc.	toy ə· thudɨk	Tôi ở Thủ-Đức.
Where are you going ?	əwŋ di dəw	Ông đi đâu ?
I'm going to Bien Hoa.	toy di biənhwà·	Tôi đi Biên-Hòa.
Take me to Cho Lon.	cɔ toy di cə·lớ·n	Cho tôi đi Chợ-Lớn.
Is it far ?	sa· khəwŋ	Xa không ?
No. It's very close.	khəwŋ	gồn lám	Không. Gần lắm.
Where is your friend ?	ba·n əwŋ dəw	Bạn ông đâu ?
He's busy right now.	əẃŋ ớy da·ŋ bạn	Ông ấy đang bận.
Where is your family ?	za·dìn əwŋ dəẁ	Gia-đình ông đâu ?
How many children do you have ?	əwŋ kớ mớy cáw	Ông có mấy cháu ?
I have two, a boy and a girl.	toy kớ ha·y cáw	mọt ca·y mọt gá·y	Tôi có hai cháu. Một trai, một gái.
How old is the boy ?	cáw cạ·y mớy tuəy	Cháu trai mấy tuổi ?
He's seven years old.	cáw bəy tuəy	Cháu bảy tuổi.
How old are you ?	əwŋ ba·wñiəw tuəy	Ông bao nhiêu tuổi ?

ENGLISH	PRONUNCIATION	VIETNAMESE SPELLING
I'm thirty years old.	tɔy ba·mɾəy tuẙy	Tôi ba mươi tuổi.
My father is in Dalat.	ba· tɔy ə· dà·lạ·t	Ba tôi ở Dalat.
My mother is dead.	má· tɔy mát zɔ̀y	Má tôi mất rồi.
Where is your husband?	cə̀wŋ bà· dəw	Chồng bà đâu?
My husband is out.	ñà· tɔy di váŋ	Nhà tôi đi vắng.
Where is Mrs. Linh ?	bà· liŋ ḍəw	Bà Linh đâu?
My wife is home.	ñà· tɔy ə· ñà·	Nhà tôi ở nhà.
What's his wife doing ?	və· əwŋ ɔ́y là·m zì	Vợ ông ấy làm gì?
She's a pharmacist.	bà·̣ ɔ́y là·m zɪəksĩ	Bà ấy làm dược-sĩ.
What's her husband doing ?	cə̀wŋ bà· ɔ́y là·m zì	Chồng bà ấy làm gì?
He's a teacher.	əwŋ ɔ́y là·m zá·wsɪ	Ông ấy làm giáo-sư.
She's a secretary.	ko ɔ́y là·m thɪkí	Cô ấy làm thư-ký.
She's a typist.	ko ɔ́y là·m thɪkí dáyŋmáy	Cô ấy làm thư-ký đánh máy.
My younger brother is married.	em za·y tɔy kɔ́ və·̣ zɔ̀y	Em giai tôi có vợ rồi.
My younger sister is not married yet.	em gá·y tɔy cɪə kɔ́ cə̀wŋ	Em gái tôi chưa có chồng.
My elder brother is a businessman.	ayŋ tɔy buənbá·n	Anh tôi buôn bán.
My elder sister is a nurse.	cị tɔy là·m nɾitá	Chị tôi làm nữ-y-tá.

ENGLISH	PRONUNCIATION	VIETNAMESE SPELLING
His aunt is a midwife.	ko ayŋ śy là·m kodẽ·	Cô anh ấy làm cô đỡ.
His uncle is an engineer.	cú ayŋ śy là·m kĭsr	Chú anh ấy làm kỹ-sư.
Her elder brother is an officer.	ayŋ ko śy là· sĭkwan	Anh cô ấy là sĩ-quan.
My friend is a.....	bạ·n toy là __	Bạn tôi là...........
buck private, airman	binñì	binh-nhì.
pfc, afc, seaman 2nd class	binñét	binh-nhất.
corporal, seaman lst cl.	ha·sĭ	hạ-sĩ.
sergeant, petty officer	cùnsĭ	trung-sĩ.
warrant officer	thiẹŋsî	thượng-sĩ
noncommissioned officer	ha;sĭkwa·n	hạ-sĩ.quan.
candidate officer	cwənwí	chuẩn-úy.
second lieutenant, ensign	thiśwwí	thiếu-úy.
first lieutenant, lt. jg.	cuŋwí	trung-úy.
captain, lieutenant	dạ·ywí	đại-úy.
major, lt. commander	thiśwtá·	thiếu-tá.
lieutenant colonel, comm.	cuŋtá·	trung-tá.
colonel, captain	dạ·ytá·	đại-tá.
brigadier general	thiśwtɩśŋ	thiếu-tướng.
major-general	cuŋtɩśŋ	trung-tướng.
lieutenant-general	dạ·ytɩśŋ	đại-tướng.
general	thiẹŋtɩśŋ	thượng-tướng.

ENGLISH	PRONUNCIATION	VIETNAMESE SPELLING
rear admiral	fódodówk	phó đô-đốc.
vice admiral	dodówk	đô-đốc.
admiral	fóthwisɪdodówk	phó thủy-sư đô-đốc.
admiral of the fleet	thwisɪdodówk	thủy-sư đô-đốc.
chief-of-staff	tha·mmɪwcɪən	tham-mưu-trưởng.
commander-in-chief	təwŋtɪləyŋ	tổng-tư-lệnh.
I am with the........	toy thuek ___	Tôi thuộc............
VN Army	lʊkkwən viətna·m	Lục-quân Việt-Nam.
US Navy	ha·ykwen mĩ	Hải-quân Mỹ.
VN Air Force	khəŋkwən viətnam	Không-quân Việt-Nam.
US Marines	thwikwən lukciớn mĩ	Thủy-quân lục-chiến Mỹ.
I am in the.........	toy là ___	Tôi là...........
Artillery	fá·wbiŋ	pháo-binh.
Cavalry	kɪbiŋ	ky-binh.
Engineers	kəwŋbiŋ	công-binh.
Infantry	bobiŋ	bộ-binh.
Medical Corps	kwəni	quân-y.
Military Police	hiớnbiŋ	hiến-binh.

NUMBERS

You need to know the numbers :

ENGLISH	PRONUNCIATION	VIETNAMESE SPELLING
one	mọt	một
two	há·y	hai
three	ba·	ba
four	bốn	bốn
five	nam	năm
six	sấw	sáu
seven	bəy	bẩy
eight	tá·m	tám
nine	cín	chin
ten	mrèy	mười
eleven (ten plus one)	mrèymọt	mười một
twelve	mrèyha·y	mười hai
thirteen	mrèyba·	mười ba
fifteen (Cf. 5)	mrèylam	mười lăm
twenty (two times ten) (Cf. 10)	ha·ymrey	hai mươi
twenty-one (Cf. 1 and 11)	ha·ymɪəymốt	hai mươi mốt
twenty-two	ha·ymrəyha·y	hai mươi hai

ENGLISH	PRONUNCIATION	VIETNAMESE SPELLING
twenty-five	ha·ymɪəylam	hai mươi lăm
30 (three times ten)	ba·mɪəy	ba mươi
40 (four times ten)	bónmɪəy	bốn mươi
55 (fifty plus five)	nammɪəylam	năm mươi lăm
66 (sixty plus six)	sáwmɪəysáw	sáu mươi sáu
77 (seventy plus seven)	bəymɪəybəy	bầy mươi bầy
88 (eighty plus eight)	tá·mmɪəytá·m	tám mươi tám
99 (ninety plus nine)	cínmɪəycín	chín mươi chín
100	motcam	một trăm
101	mọtcam liŋmot	một trăm linh một
102	motcam liŋha·y	một trăm linh hai
110	mọtcam mɪəy	một trăm mười
112	motcam mɪəyha·y	một trăm mười hai
122	motcam ha·ymɪəyha·y	một trăm hai mươi hai
200	ha·ycam	hai trăm
1,000	motŋìn	một nghìn
1,200	mọtŋìn ha·ycam	một nghìn hai trăm
1,900	mọtŋìn cíncam	một nghìn chín trăm
1,950	mọtŋìn cíncam nam-mɪəy	một nghìn chín trăm năm mươi
1,959	mọtŋìn cíncam nam-mɪəycín	một nghìn chín trăm năm mươi chín
1,960	mọtŋìn cíncam sáw-mɪəy	một nghìn chín trăm sáu mươi — 23 —

ENGLISH	PRONUNCIATION	VIETNAMESE SPELLING
2,000	ha·yŋìn	hai nghìn
10,000	motva·n	một vạn
	_or_ mr̀ỳ nghìn	_or_ mười nghìn
100,000	motcamŋìn	một trăm nghìn
1,000,000	mộṭ ciəw	một triệu
How long have you been in Vietnam ?	əwŋ ə· viətna·m ba·wləw z̀ỳ	Ông ở Việt - Nam bao lâu rồi ?
Very long.	ləw lắm	Lâu lắm.
How many years ?	mə́y nam	Mấy năm ?
Three years.	ba· nam	Ba năm.
How many months ?	mə́y thá·ŋ	Mấy tháng ?
Nine months.	cín thá·ŋ	Chín tháng.
How many weeks ?	mə́y twə̀n	Mấy tuần ?
Five weeks.	nam twə̀n	Năm tuần.
How many days ?	mə́y ŋày	Mấy ngày ?
Six days.	sáw ŋày	Sáu ngày.
How many people ?	mə́y ŋr̀ỳ	Mấy người ?
A few men.	và·y ŋr̀ỳ	Vài người.
	mọthạ·y ŋr̀ỳ	_or_ Một hai người.
How many people ?	ba·wñiəw ŋr̀ỳ	Bao nhiêu người ?
Forty men.	bónmrəy ŋr̀ỳ	Bốn mươi người.
Three hundred men.	bacam ŋr̀ỳ	Ba trăm người.

2. PERSONAL NEEDS
FOOD AND DRINK

ENGLISH	PRONUNCIATION	VIETNAMESE SPELLING
I'm hungry.	toy dóy	Tôi đói.
I'm thirsty.	toy khá•t	Tôi khát.
Where's the market ?	cə• dəw	Chợ dâu ?
Where's the restaurant?	tiəm an dəw	Tiệm ăn đâu ?
I want to buy food.	toy muốn muə đồ an	Tôi muốn mua đồ ăn.
I want (or need)...........	toy kền ____	Tôi cần...........
Give me...........	cɔ toy ____	Cho tôi...........
Bring me............	dɛm cɔ toy ____	Đem cho tôi...........
food	đồ an	đồ ăn
(cooked) rice	kə•m	cơm
ice	nɪ́k dá•	nước đá
cold water	nɪ́k lạyŋ	nước lạnh
boiled water	nɪ́k sɔy	nước sôi
filtered water	nɪ́k lạwk	nước lọc
beer	zɪəw biə	rượu bia
coffee	kà•fe	cà-phê
milk	sɪ̃ə	sữa
tea	nɪ́k cɛ̀	nước chè
whisky	zɪəw wítki	rượu úyt-ky
wine	zɪəw va•ŋ	rượu vang

— 25 —

WHICH IS WHICH?

1) trứng gà
2) hoa quả
3) dao

ENGLISH	PRONUNCIATION	VIETNAMESE SPELLING
bread	báynmì	bánh mì
congee, rice gruel	cá·w	cháo
Vietnamese noodles	fə·	phở
Chinese noodles	mì	mì
fried rice	kə·m za·ŋ	cơm rang
eggs	cfngà·	trứng gà
meat	thịt	thịt
beef	thịtbò	thịt bò
chicken	thịtgà·	thịt gà
duck	thịtvịt	thịt vịt
mutton	thịtkìw	thịt cừu
pigeon	bòkəw	bồ-câu
pork	thịtlə·n	thịt lợn
fish	ká·	cá
vegetables	zaw	rau
bamboo sprouts	maŋ	măng
bean curds	dəwfụ	đậu phụ
bean sprouts	zá·	giá
beans	dəw	đậu
cabbage	bápkả·y	bắp cải
celery	zawkèn	rau cần
cucumber	zɪəcuạt	dưa chuột

ENGLISH	PRONUNCIATION	VIETNAMESE SPELLING
eggplant	kà·	cà
mushrooms	nấm	nấm
onions, scallion	hàyŋ	hành
hot pepper	ś·t	ớt
potatoes	khwa·ytəy	khoai tây
pumpkin, winter melon	bí	bí
tomatoes	kà·cue	cà chua
water chestnuts	mã·thày	mã-thày
fruits	hwa·kwa·	hoa quả
apples	tá·w	táo
bananas	cuśy	chuối
coconut	Zɨə	dừa
custard apples	na· _or_ mã·ŋkàw	na _or_ măng-cầu
grapes	ñɔ	nho
lemons	cạyŋ	chanh
lichees	va·y	vải
mangoes	swà·y	soài
mangosteens	maŋkụt	măng-cụt
oranges	ka·ṃ	cam
papayas	dudu	đu-đủ
peaches	dà·w	đào

ENGLISH	PRONUNCIATION	VIETNAMESE SPELLING
pears	le	lê
persimmons	hə̀wŋ	hồng
pineapples	Zɪɸ or cáˑythəˑm	dứa or trái thơm
pomelos	brɪəy	bưởi
plums	mən	mận
tangerines	kwít	quít
water melon	zɪə dỏ	dưa đỏ
peanuts	lạˑk or dəwfụŋ	lạc or dậu-phụng
sugar cane	miɸ	mía
sugar	drə̀ŋ	đường
salt	muɸy	muối
pepper	hạˑttiəw	hạt tiêu
fish sauce	niɸkmám	nước mắm
soy sauce	sɪzə̀w	sì-dầu
an eating bowl	mọtkáˑy bạ́ˑt	một cái bát
a pair of chopsticks	mọtdoy duə	một đôi đũa
a spoon	mọtkáˑy thiə̀	một cái thìa
a plate	mọtkáˑy diə̃	một cái đĩa
a knife	mọtkɔn zaˑw	một con dao
a fork	mọtkáˑy ziə̃	một cái dĩa
a teapot	mọtkáˑy ɸm	một cái ấm
a pot of tea	mọtɸm cɛ̀	một ấm chè

ENGLISH	PRONUNCIATION	VIETNAMESE SPELLING
a teacup	mọtká·y táyk	một cái tách
a cup of tea	mọttáyk cè	một tách chè
a cup of coffee	mọttáyk kà·fe	một tách cà-phè
Vietnamese food	kə·m viẹtna·m	cơm Việt-Nam
Chinese food	kə·m tə̀w	cơm Tàu
French food	kə·m fá·p	cơm Pháp
soup	súp	súp
butter	bə·	bơ
steak	bíttét	b it–tết
boiled eggs	cfŋgà· luẹk	trứng gà luộc
fried eggs	cfŋ lậplà·	trứng lập-là
omelet	cfŋ óplét	trứng ốp-lết
a glass of beer	mọtkéwk biə	một cốc bia
candy	kẹw	kẹo
chocolate	súkkùlà·	súc-cù-là
Please.......... it for me	_____ cɔ toy	.... cho tôi.
boil	luẹk	luôc
fry	zá·n	rán
steam	hə́p	hấp
I want it............	toy thík _____	Tôi thích......,
salted	mạn	mặn
unsalted	lạ·t	lạt

— 30 —

WHICH IS WHICH ?

1) thịt
2) kim
3) bút chì
4) bánh mì
5) guốc

ENGLISH	PRONUNCIATION	VIETNAMESE SPELLING
weak (as for tea)	lwã·ŋ	loãng
strong (as for tea)	dạk	đặc
tender	zɨ̀	dừ
well-cooked	thətcín	thật chín
rare	tá·y	tái
Give me	co toy ____	Cho tôi ....
cigars	sìgà·	sì-gà
a pipe	ká·ypíp	cái píp
tobacco	ta·ba·	ta-ba
a box of matches	mọtba·w zịəm	một bao diêm
a lighter	kắ·y bətlɪə	cái bật lửa
an ash tray	ká·y gạ·t tà·n-thuə́klá·	cái gạt tàn thuốc lá

LODGING

ENGLISH	PRONUNCIATION	VIETNAMESE SPELLING
Where's the hotel ?	kháyḳsạ·n dəw	Khách-sạn đâu ?
Where's the manager ?	əwŋcu dəw	Ông chủ đâu ?
I want to spend the night.	toy muốn ṇu lạ·y mọtdem	Tôi muốn ngủ lại một đêm.
I want a room.	toy muốn thwe fàwŋ	Tôi muốn thuê phòng.
For how many people ?	méyŋɪəy	Mấy người ?
For two.	hạ·yŋɪəy	Hai người.
How much a day ?	mõyŋày ba·wñiəw	Mỗi ngày bao nhiêu ?
500 piasters with meals and 300 without.	ka; an namcam | ə· khəwŋ bacam	Cả ăn năm trăm, ở không ba trăm.
What floor ?	tə̀ŋ nà·w	Tầng nào ?
Fourth floor.	tə̀ŋ thítɪ	Tầng thứ tư.
I want............	toy kə̀n _____	Tôi cần ....
a mattress	mọtká·y dẹm	một cái đệm
a blanket	mọtká·y can	một cái chăn
a mosquito net	mọtká·y mà·n	một cái màn
a pillow	mọtká·y góy	một cái gối
a sleeping mat	mọtká·y ciéw	một cái chiếu
hot water	nɪśk náwŋ	nước nóng
some insecticide	thuśkcɪmuõy	thuốc trừ muỗi

ENGLISH	PRONUNCIATION	VIETNAMESE SPELLING
a fan	mọtká·y kwạ·t	một cái quạt
an electric fan	mọtká·ykwạ·tdiẹn	một cái quạt điện
the key	thìəkhwá·	thìa khóa
a flashlight	mọtká·y dènpin	một cái đèn pin
a towel	mọtká·y khanmạt	một cái khăn mặt
some soap	sà·fàwŋ	sà-phòng
a comb	mọtká·y lɪẹ̣k	một cái lược
a toothbrush	mọtká·y bà·nca·yzaŋ	một cái bàn chải răng
razor blades	lɪ̃əy za·wkạ·w	lưỡi dao cạo
Open the window for me.	mə· kɪə₂ho toy	Mở cửa hộ tôi.
Close the door for me.	dạ́wŋ kɪə ˀhọ toy	Đóng cửa hộ tôi.
Turn on the fan.	mə· kwạ·t họ toy	Mở quạt hộ tôi.
Turn off the fan.	tạ́t kwạ·t họ toy	Tắt quạt hộ tôi.
Turn on the light.	mə· dèn họ toy	Mở đèn hộ tôi.
Turn off the light.	tạ́t dèn họ toy	Tắt đèn hộ tôi.
Turn on the radio.	mə· radio họ toy	Mở radio hộ tôi.
Turn off the radio.	tạ́t radio họ toy	Tắt radio hộ tôi.
Turn on the air - conditioner.	mə· máylạyŋ họ toy	Mở máy-lạnh hộ tôi.
Turn off the air-conditioner.	tát máylạyŋ họ toy	Tắt máy-lạnh hộ tôi.

WHICH IS WHICH ?

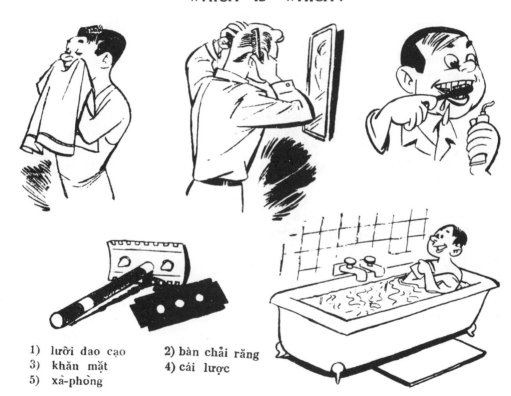

1) lưỡi dao cạo
2) bàn chải răng
3) khăn mặt
4) cái lược
5) xà-phòng

ENGLISH	PRONUNCIATION	VIETNAMESE SPELLING
I must............	toy fảy _____	Tôi phải ....
arrive on time	dến dún zờ·	đến đúng giờ
eat with **Mr. Pike**	ankə·m vá·y əwnpayk	ăn cơm với ông Pike
make a phone call	goy diənthwạ·y	gọi điện-thoại
go there at once	dến dố ŋay	đến đó ngay
shave	ka·w mat	cạo mặt
take a bath	tẳm mọtká·y	tắm một cái
go now	di bəyzờ·	đi bây giờ
You have to............	əwŋ fảy _____	Ông phải.........
read the newspaper	dawk bá·w	đọc báo
pay your bills	zả· tiền	giả tiền.
take a taxi	di táksi	đi tắc-xi
arrive early	dénsớ·m	đến sớm
arrive on time	dến dún zờ·	đến đúng giờ
I like to	toy thík _____	Tôi thích ....
to speak Vietnamese	nóy tiếŋviẹt	nói tiếng Việt.
to get up late	zạy ̦cɪə	dạy trưa
to go to bed early	diŋu sớ·m	đi ngủ sớm
to sleep a lot	ŋu ñiềw	ngủ nhiều
to play tennis	dáyŋ tennít	đánh ten-nít
to go fishing	di kəw	đi câu
to go swimming	di bə·y	đi bơi

ENGLISH	PRONUNCIATION	VIETNAMESE SPELLING
to dance	ñẩydə̀m	nhẩy đầm
I just............	toy vừə _____	Tôi vừa ....
wrote him a letter	viếtthɪ cɔ əwŋấy	viết thư cho ông ấy
sent him a telegram	dáyŋ zəythếp cɔ əwŋấy	đánh giây thép cho ông ấy
saw Mr. Bao	gẹp əwŋba·w	gặp ông Bảo
answered the cable	zả·lə̀;y diẹntín	giả lời điện-tin
had breakfast	an diəmtəm	ăn điểm-tâm
bought a dress	muə ká·y á·w mố·y	mua cái áo mới
Why are you so late ?	sa·w cẹm thế	Sao chậm thế ?
Because I was out............	vì· toy mắk _____	Vì tôi mắc.........
working	là·mviẹk	làm việc
eating	ankə·m	ăn cơm
drinking coffee	uốŋ kà·fe	uống cà-phê
playing tennis	dáyŋ tɛnnít	đánh ten-nít
getting my hair cut	káttáwk	cắt tóc
buying a pair of wooden choes	muə doyguấk	mua đôi guốc
fixing my car	cɪ̃ə sɛ	chữa xe

ENGLISH	PRONUNCIATION	VIETNAMESE SPELLING
I want to rest.	toy muốn ŋỉ	Tôi muốn nghỉ.
I want to sleep	toy muốn ŋu	Tôi muốn ngủ.
I want to bathe.	toy muốn tẩm	Tôi muốn tắm.
I want to wash my hands	toy muốn zịə tay	Tôi muốn rửa tay.
Where's the toilet ?	kồwtiəw dəw	Cầu tiêu đâu.
Where's the bathroom ?	ñà·tẩm dəw	Nhà tắm đâu.
Wake me up at............ o' clock	____ zồ· dấyŋthfk toy	....giờ đánh thức tôi.
Has anybody called ?	kố a·y gọy diợn- thwạ·y khəwŋ	Có ai gọi điện-thoại không ?
Has anybody asked for me?	kố a·y họy toy khəwŋ	Có ai hỏi tôi không?
Take this letter to USOM.	kồm thɪnày dến ɣúw- sɔm	Cầm thư này đến USOM.
Send someone to take this letter to the Embassy.	cɔ ŋɪồy kồm thɪnày dến twà·. da·ysf	Cho người cầm thư này đến tòa đại-sứ.
Here is my............	____ toy dəy	..........tôi đây.
name	ten ?	tèn
address	diợci	địa-chỉ
room number	số fầwŋ	số phòng
telephone number	số diənthwa·y	số điện-thoại
If there is mail for me,	néw kố thɪ cɔ toy		Nếu có thư cho tôi, xin cầm

ENGLISH	PRONUNCIATION	VIETNAMESE SPELLING
please take it to CAPITOL.	sin kèm đén hã·ŋ kápitəl	đến hãng CAPITOL.
If there is a telegram please take it to JOHNSON.	néw kɔ́ diəntín ↓ sin kèm ˙đén hã·ŋ jánsəṇ	Nếu có diện-tín, xin cầm đến hãng JOHNSON.
Please send my luggage to USIS.	sin gɪy hàyŋlɪ́ kuə toy đén yúwsis	Xin gửi hành-lý của tôi đến USIS.
I'll be back............	_____ toy về	..........tôi về.
tomorrow	ma·y	mai
in three days	ba ŋày nɪ̃ə	ba ngày nữa
in four weeks	bɔ́n twèn nɪ̃ə	bốn tuần nữa
day after tomorrow	mɔ́t	mốt
next week	twèn saw	tuần sau
next month	thá·ŋ saw	tháng sau
Have you a room............ than this ?	əwŋ kɔ́ buəŋ nà·w _____ khəwŋ	Ông có buồng nào............ không?
better	tɔ́t hə·n	tốt hơn
larger	zəwŋ hə·n	rộng hơn
brighter	sá·ŋ hə·n	sáng hơn
quieter	iəntĩn hə·n	yên-tĩnh hơn
cheaper	zɛ hə·n	rẻ hơn
cleaner	sạyk hə·n	sạch hơn

MEDICAL AID

ENGLISH	PRONUNCIATION	VIETNAMESE SPELLING
Help !	kíw toy vé·y	Cứu tôi với !
Call a............	gọy _____	Gọi........,
doctor	bá·ksĩ	bác-sĩ
dentist	ňa·sĩ	nha-sĩ
màn from the hospital	ňà·thɪəŋ	nhà thương
policeman	kàyŋbiŋ	cảnh-binh
nurse	itá·	y-tá
Take me to........	dɪə toy dén _____	Đưa tôi đến.......
the hospital	ňà·thɪəŋ	nhà thương
the Red Cross	họy hɜ̀wŋthəptɪ	hội Hồng-Thập-Tự
the church	ňà·thɜ̀·	nhà thờ
the Cathedral	ňà·thɜ̀· kəwŋzá·w	nhà thờ Công-Giáo
the Protestant church	ňà·thɜ̀· tinlàyŋ	nhà thờ Tin-Lành
Quick !	maw len	Mau lên !
Stop the bleeding !	cɔ kɜ̀m máw lạ;y	Cho cầm máu lại.
Bring me some cloth.	cɔ toy mién va·y	Cho tôi miếng vải.
Bring me a small stick.	cɔ toy ká·y kwɛ	Cho tôi cái que.
This long.	zà·y cɪ̀ŋ ɲày	Dài chừng này.
Tear off the cloth.	sé mién va·y za·	Xé miếng vải ra.
Tie it here.	buək và·w dəy	Buộc vào đây.

— 40 —

ENGLISH	PRONUNCIATION	VIETNAMESE SPELLING
Tie it fast.	buạk cạt và·w	Buộc chặt vào.
This side.	ben này	Bên này.
That side.	ben ấy	Bên ấy.
Tighter.	cạt nīə	Chặt nữa.
Too loose.	lawŋ kwá·	Lỏng quá.
Hold it tight	zĩ cạt ñế	Giữ chặt nhé.
Don't move.	dìŋ kidạwŋ	Đừng cử-động.
Loosen it.	thá·w za·	Tháo ra.
I am tired.	toy mẹt	Tôi mệt.
He's sick.	əwŋ ấy ốm	Ông ấy ốm.
I'm wounded.	toy bị thıəŋ	Tôi bị thương.
It hurts here.	toy daw dəy	Tôi đau đây.
My............ hurts.	_____ toy daw	........tôi đạu.
head	də̀w	đầu
tooth	zạŋ	răng
neck	ko	cồ
back	lıŋ	lưng
stomach	bụŋ	bụng

ENGLISH	PRONUNCIATION	VIETNAMESE SPELLING
I'm hurt here.	toy bị thɪəŋ cõ này	Tôi bị thương chỗ này
He's hurt in the............	əwŋ ấy bị thɪəŋ ở·___	Ông ấy bị thương ở.....
head	dàw	đầu
face	mạt	mặt
ear	tá·y	tai
eye	mắt	mắt
nose	mũy	mũi

Tôi bị thương chỗ này.

ENGLISH	PRONUNCIATION	VIETNAMESE SPELLING
mouth	mòm	mồm
jaw	hà·m	hàm
throat	hawŋ	họng
neck	kổ	cổ
shoulder	va·y	vai
arm	tay,	tay
elbow	khwỉw tay	khủyu tay
hand	bà·n tay	bàn tay
back	lɪŋ	lưng
chest	ŋɪk	ngực
stomach	buŋ	bụng
hip	há·ŋ	háng
buttock	məwŋ	mông
privates	ha·bọ	hạ-bộ
leg	cən	chân
knee	dəw góy	đầu gối
ankle	mát ká·	mắt cá
foot	bà·n cən	bàn chân
insides	ben cawŋ	bên trong
bones	sɪəŋ	xương
Get............	kiếm _____	Kiếm….....
alcohol	kòn	cồn

ENGLISH	PRONUNCIATION	VIETNAMESE SPELLING
a bandage	baŋ	băng
a blanket	mọt ká·y can	một cái chăn
boiled water	nɪ́k soy	nước sôi
a disinfectant	thuɪ́k sá·tcùŋ	thuốc sát-trùng
hot water	nɪ́k náwŋ	nước nóng
ice	nɪ́k dá·	nước đá
iodine	kayŋkizót	canh-ki-dốt
a litter	mọt ká·y ká·ŋ	một cái cáng
a padded coat	mọt ká·y á·w bəwŋ	một cái áo bông
a quilt	mọt ká·y can bəwŋ	một cái chăn bông
a sharp knife	mọt kɔn za·w sák	một con dao sắc
sterilized cotton	bəwŋ gòn	bông gòn
Don't touch............	dɩ̀n dụŋ và·w _____	Đừng đụng vào...
Don't move............	dẻ ŋwien _____	Đề nguyên......
Lift............carefully.	dẽ· _____ zạy	Đỡ.....dạy
me	toy	tôi
him	əwŋ áy	ông ấy
them	họ	họ.
Be careful !	kənthẹn	Cần-thận !

— 44 —

ENGLISH	PRONUNCIATION	VIETNAMESE SPELLING
Don't give him that ! (to eat)	dừn cơ an ká·y đó	Đừng cho ăn cái đó.
I've been poisoned.	toy bị thuốkdəwk	Tôi bị thuốc độc.
I've been bitten by a snake.	toy bị zán kán	Tôi bị rắn cắn.
I've been bitten by a dog.	toy bị có kán	Tôi bị chó cắn.

ENGLISH	PRONUNCIATION	VIETNAMESE SPELLING
Where is there a..........?	cõ nà·w kó ____	Chỗ nào có......?
barber	thẹ· ka·w	thợ cạo
drug store	hiẹw thuśk	hiệu thuốc
general goods store	hà·ŋ tạ·phwá·	hàng tạp-hóa
laundry	thẹ· zạt	thợ giặt
movie	za·p sine	rạp xi-nê
restaurant	tíẹm an	tiệm ăn
tailor	thẹ· may	thợ may
dentist	ña·sĩ	nha-sĩ
doctor	bǻ·ksĩ	bác-sĩ
policeman	kayŋbiŋ	cảnh-binh
shoemaker	thẹ· zầy	thợ giầy
church	ñà· thầ·	nhà thờ
clothing store	tiẹm kwầná·w	tiệm quần áo
garage	gara·	ga-ra
I want to buy..........	toy muấn muẹ ____	Tôi muốn mua.....
Where do they sell......?	ầ· dẹw bá·n ____	Ở đâu bán.....?
Give me...........	bá·n cɔ toy ____	Bán cho tôi.....

ENGLISH	PRONUNCIATION	VIETNAMESE SPELLING
this	ká·y này	cái này
that	ká·y áy	cái ấy
that yonder	ká·y kiə	cái kia
one of these	mọt ká·y này	một cái này
aspirin	thuók zfk dəy	thuốc rức đầu
ammonia	nıók dá·y kwi	nước đái quỷ
batteries	pin	pin
a brush	mọt ká·y bà·n cảy	một cái bàn chải
buttons	khwi	khuy
cigarettes	thuśklá·	thuốc lá
cloth	vả·y	vải
thread	cỉ	chỉ
a needle	mọt ká·y kim	một cái kim
a comb	mọt ká·y lıək	một cái lược
cotton	bəwŋ	bông
a light bulb	mọt ká·y báwŋ dèn	một cái bóng đèn
a dozen envelopes	mọt tá· fawŋbl	một tá phong bì
a flashlight	mọt ká·y dèn pin	một cái đèn pin
a handkerchief	mọt ká·y mùyswa·	một cái mùi-soa
a hat	mọt ká·y mũ	một cái mũ
a conical hat	mọt ká·y nón	một cái nón
ink	mık	mực

ENGLISH	PRONUNCIATION	VIETNAMESE SPELLING
a knife	mọt kɔn za·w	một con dao
a leather belt	mọt ká·y thátlɪŋza·ziəm	một cái thắt lưng da
matches		diêm
a pair of pants	mọt ká·y kwən	một cái quần
paper	zə́y	giấy
a pencil	mọt ká·y bút cì	một cái bút chì
quinine	thuə́k kínɪŋ	thuốc ký-ninh
a raincoat	mọt ká·y á·wmɪə	một cái áo mưa
a razor	mọt kɔn za·w kạ·w	một con dao cạo
ten razor blades	mɪə̀y lɪə̃y za·wkạ·w	mười lưỡi dao cạo
safety pins	kim baŋ	kim băng
a scarf	mọt ká·y khankwà·ŋ	một cái khăn quàng
a pair of scissors	mọt ká·y kɛ́w	một cái kéo
a shirt	mọt ká·y sə·mi	một cái sơ-mi
a sport shirt	mọt ká·y sə·mizɛ́t	một cái sơ-mi-dét
a pair of shoelaces	mọt doy zəy zə̀y	một đôi dây giầy
a pair of shoes	mọt doy zə̀y	một đôi dầy
a cake of soap	mọt báyŋ sà·fàwŋ	một bánh xà-phòng
a pair of socks	mọt doy bíttə́t	một đôi bít-tất
a suitcase	mọt ká·y vali	một cái va-li
a pair of sunglasses	mọt ká·y kíŋzəm	một cái kinh dâm
shoe polish	kɛm dáyŋ zə̀y	kem đánh giầy

ENGLISH	PRONUNCIATION	VIETNAMESE SPELLING
a sweater	mọt ká·y á·wlɛn	một cái áo len
a toothbrush	mọt ká·y bà·ncẩ·yzaɳ	một cái bàn chải răng
a tube of toothpaste	mọt ốwɳ thuốk dáyɳ zaɳ	một ống thuốc đánh răng
an undershirt	mọt ká·y mayo	một cái may-ô
a pair of under shorts	mọt ká·y kwền dùy	một cái quần đùi
a pair of Bermuda shorts	mọt ká·y kwền sốk	một cái quần soóc
wool cloth, flannelette	vẩ¹y bəwɳ	vải bông
I want one made of......	toy kền mọt ká·y bàn	Tôi cần một cái bằng....
bamboo	cẹ	tre
cloth	va·y	vải
copper	dềwɳ	đồng
glass	thwitiɳ	thủy–tinh
gold	và·ɳ	vàng
iron	sát	sắt
leather	za·	da
paper	zấy	giấy
porcelain	sf	sứ
silver	bạ·k	bạc
wood	gỗ or kəy	gỗ or cây
wool	lɛn or nỉ	len or nỉ
Do you sell anything else?	kền bắ·n zỉ khá·k khəwɳ	Còn bán gì khác không ?
I want more.	toy kền nĩə	Tôi cần nữa. — 49 —

SERVICES   WANTED

ENGLISH	PRONUNCIATION	VIETNAMESE SPELLING
Have this......**for me.**	_____ ká·y này cotoy	......cái này cho tôi.
washed	zạt	giặt
pressed	là· _or_ ủy	là _or_ ủi
dry cleaned	hấp	hấp
repaired (clothing)	mạ;ŋ	mạng
repaired (machine)	sĩə	sửa
I want........	toy kần _____	Tôi cần....
a haircut	kát táwk	cắt tóc
a shave	kạ·w mạt	cạo mặt
a guide	mọtŋɪəy hɪấŋdạ·w	một người hướng-đạo
a chauffeur	motŋɪəy tả·ysế	một người tài-xế.
a cook	mọtŋɪəy bếp	một người bếp
a domestic	mọtŋɪəy zúp vɪẹk	một người giúp việc
a boyesse	mọt cịha·y	một chị hai
a cart driver	mọtŋɪəy lá·ysɛ	một người lái xe

1) áo len
2) cái dĩa
3) mực
4) mùi soa
5) phong bì

PAYMENT

ENGLISH	PRONUNCIATION	VIETNAMESE SPELLING
How much (money) ?	ba·wñiəw (tiền)	Bao nhiêu (tiền) ?
How much is............?	_____ ba·wñiəw	............bao nhiêu ?
this	ká·y này	cái này
that	ká;y ấy	cái ấy
I will pay you now.	toy zả· ko bəyzə·	Tôi giả cỏ bây giờ.
I will pay you later.	toy sɛ zả· ko saw	Tôi sẽ giả cỏ sau.
I will pay you after we arrive.	dến nə·y toy sẽ zả· ko	Đến nơi tôi sẽ giả cỏ.
I don't have dollars.	toy khəwŋ kố dola·	Tôi không có đỏ-la.
This is worth...... piastres.	cỗ này bàŋ _____ dəwŋ vietna·m	Chỗ này bằng............đồng Việt-Nam
Not so much.	sa·w dất thế	Sao đắt thế.
That's too much.	dất kwá·	Đắt quá.
I will pay you......	toy zả· ko _____	Tôi giả cỏ............
Will you sell this for............?	ká·y này _____ dɪək khəwŋ	Cái này....... được không ?
You should give back ......change.	thốy lạ·y toy _____ cɪ	Thối lại tôi............chứ.
Give me a receipt.	cɔ toy ká·y biənla·y	Cho tôi cái biên-lai.

ENGLISH	PRONUNCIATION	VIETNAMESE SPELLING
This is a receipt.	dəy là· záy biənlay	Đày là giấy biên-lai.
My company will pay you.	kəwŋti toy sẽ zả·əwŋ	Còng-ty tôi sẽ trả ông.
Take this to this address.	dɛm dén diəci này	Đem đến địa-chỉ này.
You will be paid.	ŋɪəyta· sẽ zả·tiən əwŋ	Người ta sẽ trả tiền ông.

3— LOCATION AND TERRAIN

ENGLISH	PRONUNCIATION	VIETNAMESE SPELLING
What place is this ?	dəy là· dəw	Đây là đâu ?
Have you a map ?	kó bả·ndò khəwŋ	Có bản đồ không ?
Show me on this map.	ci cɔ toy sɛm	Chỉ cho tôi xem.
Can you guide me ?	əwŋ ci drèn cɔ toyñế	Ông chỉ đường cho tôi nhé.
Can you find us a guide ?	əwŋ tìm zùm cúntoy mọt ŋrày hrénda·w	Ông tìm dùm chúng tôi một người hướng đạo.
Where is........ ?	_____ dəw	.... đâu ?
the town	tỉŋli	tỉnh-lỵ
the police station	sả· káyŋsá·t	sở cảnh-sát
the telephone	diəṇthwa·y	điện-thoại
the r.r. station	ñà· ga··	nhà ga
the airport	sən bay	sân bay
the office of the province chief	twà· tiŋcrẻn	tòa Tỉnh-trưởng
the office of the district chief	twà· kwəncrẻn	tòa Quận-trưởng
the US Consulate	twà· lãyŋsɪ mĩ	tòa Lãnh-sự Mỹ
the USIS office	sả· thəwŋtin mĩ	sở Thông-tin Mỹ

ENGLISH	PRONUNCIATION	VIETNAMESE SPELLING
Is there......near here ?	gàn dəy kɔ́ _____ khəwŋ	Gần đày có......không ?
a river	səwŋ	sòng
a well	ziɛ́ŋ	giếng
a railroad	đɾə̀ŋ sɛlɪ̌ə	đường xe lửa
a r r. station	nà· ga·	nhà ga
a radio station	dà·y fá·tthayŋ	đài phát-thanh
a house	nà·	nhà
a village	là·ŋ	làng
a town	tĭŋli	tỉnh-ly
a large city	thàyŋfɔ́ lɔ́·n	thành-phố lớn
What is the city's name ?	thàyŋfɔ́ này ten zì	Thành-phố này tên gì ?
What other cities are there ?	kɔ̀n tĭŋ nà·w khá·k nĩə	Còn tỉnh nào khác nữa ?
Please point.	là·mə·n cĭ cɔ toy	Làm ơn chỉ cho tỏi.
Which way is east ?	mat nà·w fɪ́ɔ́ dəwŋ	Mặt nào phía đông ?
To the...........	fɪ́ɔ́ _____	Phía...........
left	ben cá·y	bên trái
right	ben fǎ·y	bên phải
northeast	dəwŋbák	đông-bắc

ENGLISH	PRONUNCIATION	VIETNAMESE SPELLING
east	dəwŋ	đông
southeast	dəwŋna·m	đông-nam
south	na·m	nam
southwest	təyna·m	tây-nam
west	təy	tây
northwest	təybák	tây-bắc
north	bák	bắc
front	cɪək	trước
rear	saw	sau
Here.	dəy <u>or</u> cõ này	Đây *or* chỗ này.
There.	dɔ́ <u>or</u> cõ dɔ́	Đó *or* chỗ đó

DISTANCE

ENGLISH	PRONUNCIATION	VIETNAMESE SPELLING
How far is...... from here ?	tì dəy dén _____ ba·wsa·	Từ đày đến......bao xa ?
Is it far ?	kɔ́ sa· khəwŋ	Có xa không ?
Is it very far ?	kɔ́ sa·lắm khəwŋ	Có xa lắm không ?
Is it near ?	kɔ́ gə̀n khəwŋ	Có gần không ?
How many kilometers to...........?	dəy dén _____ ba·w-ñiəw kəysó	Đây đến...... bao nhiều cây số ?
...............kilometers.	_____ kəysó	...........cày số ?
...............meters.	_____ thɪśk	...........thước

ENGLISH	PRONUNCIATION	VIETNAMESE SPELLING
Are there......near by ?	dəy kɔ́ ___ khəwŋ	Gần đây có......không ?
ferries	fầ·	phà
forests	zɨ̀ŋ	rừng
gorges	khɛnúy	khe núi
hills	dồy	đồi
jungles	zɨ̀ŋzəm	rừng rậm
lakes	hồ	hồ
mountains	núy	núi
marshes	sɨ̀ŋlə̀y	sình lầy
ponds	a·w	ao
ricefields	zuəŋ	ruộng
rivers	səw̃ŋ	sông
roads	dɹə̀ŋdi	đường đi
Is the water deep ?	nɹɤ́k kɔ́ səw khəwŋ	Nước có sâu không ?
Are the rivers wide ?	səwŋ kɔ́ zəwŋ khəwŋ	Sông có rộng không ?
Are the mountains high ?	núy kɔ́ ka·w khəwŋ	Núi có cao không ?
Is there a bridge ?	kɔ́ kə̀w khəwŋ	Có cầu không ?

ENGLISH	PRONUNCIATION	VIETNAMESE SPELLING
Are there villages in the mountains?	cen núy kɔ́ là·ŋma·k zì khəwŋ	Trên núi có làng mạc gì không?
Are there houses near the river?	gèn səwŋ kɔ́ ñà·krɔ̀ zì khəwŋ	Gần sông có nhà cửa gì không?
Is there a Buddhist temple in the moutain?	cen núy kɔ́ cuə̀ khəwŋ	Trên núi có chùa không?

4.—ROADS AND TRANSPORTATION
ROADS AND BRIDGES

ENGLISH	PRONUNCIATION	VIETNAMESE SPELLING
What place does this road lead to ?	dɪə̀n này di dəw	Đường này đi đâu ?
Is the road......?	dɪə̀n _____ khəwᵑ	Đường......... không ?
Is this bridge......?	kə̀w này _____ khəwᵑ	Cầu này............. không ?
all right to travel on	di dɪək	đi được ?
wide	zəwᵑ ·	rộng
strong	kʰwɛ̉	khỏe
Will it carry this load ?	cə̉· tɪ̀ŋ này dɪək khəwᵑ	Chở từng này được không ?
Is there......?	kɔ́ _____ khəwᵑ	Có.......... không ?
a bridge	kə̀w	cầu
dangerous curves	cõᵑwɛw ᵑwɪhiə̀m	có ngoẹo nguy hiểm
mud puddles	bùn	bùn
holes	ôgà·	ổ gà
ditches	hố	hố
ruts	zãyᵑ	rãnh
trees	kəy	cây
Do you know the road ?	əwᵑ kɔ́ thuək kɔn dɪə̀n này khəwᵑ	Ông có thuộc con đường này không ?

— 60 —

ENGLISH	PRONUNCIATION	VIETNAMESE SPELLING
Please guide us.	sin zə̂n dɪə̀ŋ cɔ cúŋtoy	Xin dẫn đường cho chúng tôi ?
Where can we cross the river ?	kwa· səwŋ cõ nằ·w	Qua sông chỗ nào ?
Is the river deep ?	səwĥ kɔ́ səw khəwŋ	Sông có sâu không ?
How deep ?	səw ba·wñiəw	Sâu bao nhiêu ?
What about the river bottom ?	làwŋ səwŋ thénà·w	Lòng sông.thế nào ?
Is it......?	kɔ́ _____ khəwŋ	Có.......... không ?
muddy	bùn	bùn
rocky	dá·	đá
sandy	ká·t	cát

ENGLISH	PRONUNCIATION	VIETNAMESE SPELLING
Where is the....,.?	_____ dəw	.................đâu ?
airfield	sənbay	sàn bay
bus station	bénsɛdɔ̀	bến xe đò
railroad station	ga· sɛlɪɔ̆	ga xe lửa
ticket office	cõ bá·n vɛ́	chỗ bán vé
baggage room	cõ gĭy va·li	chỗ gửi va-li
waiting room	fàwŋ də·y	phòng đợi
pier	bén tə̀w	bến tầu
I want to go to......	toy muán di _____	Tôi muốn đi.......
When does the......**leave?**	mə́y zə̀· _____ cay	Mấy giờ......... chạy ?
When does the... **arrive ?**	mə́y zə̀· _____ dén	Mấy giờ........đến ?
Is there a...**running ?**	kɔ́ _____ cay khəwŋ	Có...........chạy không ?
bus	sɛdɔ̀ _or_ sɛbwít	xe đò _or_ xe buýt
boat	tə̀w	tàu
plane	máybay	máy bay
train	sɛlɪɔ̆	xe lửa
taxi	táksi	tắc-xi
pedicab	síklo	sích-lô
motor pedicab	síklo máy	sích-lô máy

ENGLISH	PRONUNCIATION	VIETNAMESE SPELLING
A ticket to......	mọt vế đi _____	Một vé đi..........
What's the fare to......?	đi _____ ba·wñiəw tiən	Đi...........bao nhiêu tiền
When do we get to......?	mấy zə· dến _____	Mấy giờ đến......... ?
Is there a timetable.	kɔ́ zə·sɛcạy khəwŋ	Có giờ xe chạy không ?
Give me a timetable.	cə toy zə·sɛcạy	Cho tôi giờ xe chạy

OTHER MEANS OF TRANSPORTATION

ENGLISH	PRONUNCIATION	VIETNAMESE SPELLING
Where can I find......?	ở· dəw kɔ́ _____	Ở đâu có..........?
a bicycle	sɛda·p	xe đạp
a motorized bike	sɛda·p gánmáy	xe đạp gắn máy
a motorcycle	sɛbìŋbik	xe bình-bịch
a boat	thwiən·	thuyền
a boat for hire	thwiən cɔ thwe	thuyền cho thuê
a donkey	lɪə̀	lừa
a horse cart	sɛŋɪə	xe ngựa
an ox cart	sɛbɔ̀	xe bò
a plane	máybay	máy bay
a rickshaw	sɛkɛ́w	xe kéo
a pedicab	sɛsíklo	xe sích-lô
a motor pedicab	sɛsíklomáy	xe sích-lô máy
a ship	tə̀wthwî	tầu thủy
a scooter	sɛ vɛ́tpa·	xe vét-pa
a jeep	sɛ zíp	xe díp
a truck	sɛ ka·mñəwŋ	xe cam-nhòng

WHICH IS WHICH?

1) xe lửa
2) tê-lê-phôn
3) xích-lô
4) buýt
5) trạm săng

REPAIRS AND SUPPLIES

ENGLISH	PRONUNCIATION	VIETNAMESE SPELLING
Where can I find......?	ə· dəw kɔ́ __	Ở đâu có...........?
a battery	pindèn	pin dèn
a cable	Zəyká·p	giày cáp
chains	sík	xích
distilled water	nɪə́k kə́t	nước-cất
an electric light bulb	báwŋdèn	bóng dèn
an electrician	thə·diən	thợ–diện
a mechanic	thə·máy	thợ–máy
a file	ká·yzũə	cái dũa
a garage	ga·ra·	ga–ra
gasoline	ɛ́tsaŋ	ét–săng
glue	hòzá·n	hồ dán
grease	mə̃·	mỡ
a hammer	búə	búa
a hardware store	hà·ŋ dòsát	hàng đồ sắt
an inner tube	sam _or_ zụət	săm _or_ ruột
oil	zə̀w _or_ ñə́·t	dầu _or_ nhớt

ENGLISH	PRONUNCIATION	VIETNAMESE SPELLING
pliers	ká·ykìm	cái kìm
a pump	ká·ybə·m	cái bơm
rope	thìɳ	thừng
a screw driver	ká·y tuvít	cái tu-vít
spark plugs	buzi	bu-gi
a tire	lốp or vỏ	lốp or vỏ
tools	dò cɪ̃əsɛ	đồ chữa xe
a wrench	ká·y mɔlɛt	cái mỏ-lẹt
a dumbbell wrench	ká·y lákle	cái lắc-lê

5.— COMMUNICATIONS

TELEPHONE

ENGLISH	PRONUNCIATION	VIETNAMESE SPELLING
Telephone company	sə' diənthwạ·y	Sở điện-thoại.
Main office	cuɲɪəɲ	Trung–ương.
Switchboard number......	tẫwndà·y số ____	Tổng-đài-số........
Give me automatic.	sin ko tɪdəwɲ	Xin cò tự-động.
I want to make a phone call.	toy kèn gọy diən-thwa·y	Tòi cần gọi điện-thoại.
To what station do you want to call?	əwɲ m̃uốn goy số nà·w	Ông muốn gọi số nào ?
To...... (number)	số ____	Số................
Whom are you calling?	əwɲ m̃uốn goy a·y	Ông muốn gọi ai ?
Repeat.	sin ñắklạ·ỳ	Xin nhắc lại.
Answer telephone :		
(by central)	toy ɲɛ dəy	Tòi nghe đày
(by user)	a·lo	A-lò
Hang up your receiver	dạt máy suốɲ	Đặt máy xuống.
The line is busy.	mắynày bạn,	Máy này bận.
They do not answer.	họ khəwɲ za·lè·ỳ	Họ khòng giả lời.

ENGLISH	PRONUNCIATION	VIETNAMESE SPELLING
Are you through ?	əwŋ nóy sawŋ crə	Ông nói xong chưa.
I will ring again.	toy sẽ gọy lạ·y	Tôi sẽ gọi lại.
I have a call for you.	kɔ́ ŋɪə̀y gọy əwŋ	Có người gọi ông.
I will call you back.	toy sẽ gọy lạ·y	Tôi sẽ gọi lại.
Sorry.	sin lỗy əwŋ	Xin lỗi ông.
Do you want to wait ?	əwŋ dẹ·y mọtcút drək khəwŋ	Ông đợi một chút được không ?
I want to wait.	tỏy dẹ·y	Tôi đợi.
No.	thoy	Thôi.

TELECRAPH

ENGLISH	PRONUNCIATION	VIETNAMESE SPELLING
Where is the telegraph (or post) office?	ñằ· zəythếp dəw	Nhà giảy thép dàu ?
I want to send..........	toy muấn gǐy ___	Tôi muốn gửi............
a telegram	diəntín	điện-tín
an urgent telegram	diəntín khền	điện-tín khần
a slow telegram	diəntín cəm	điện-tín chậm
a radiogram	votwiẩn diəntín	vô-tuyến điện-tín
Give me a blank form.	əwn cə toy ká·y mẽw	Ông cho tôi cái mẫu.
Can I write in English ?	toy viết tiẩɳ ayɳ | diək khəwɳ	Tôi viết tiếng Anh được không ?
Can I send a telegram to...... ? (place name)	toy muấn gǐy diəntín di ___ diəkkhəwɳ	Tôi muốn gửi điện-tín đi.........được không ?
What is the charge ?	ba·wñiəw tiền	Bao nhiêu tiền ?

ENGLISH	PRONUNCIATION	VIETNAMESE SPELLING
Where is the post office ?	ñà· zəythếp dəw	Nhà giây thép đâu ?
Where is a mail box ?	thùnthɪ dəw	Thùng thư đâu ?
How much postage on this ?	ká·ynày hết ba·wñiəw tɛm	Cái này hết bao nhiêu tem ?
Registered	bả·wdả·m	Bảo-đảm.
Insured	bả·whiểm	Bảo-hiểm.
Air mail	thɪ máybạy	Thư máy bay.
Printed matter	ốnlwá·tfồm	Ấn-loát-phẩm
Parcel post	bɪwkiən	Bưu-kiện
What does this contain ?	cawŋnày kố zì	Trong này có gì ?
This package contains....	gốy này kố _____	Gói này có.............
books	sáyk	sách
candy	kɛw	kẹo
clothing	kwờná·w	quần áo
used clothing	kwờná·w kũ	quần áo cũ
food	dò an	đồ ăn
You may open it.	mə· za· koy dɪək	Mở ra coi được.
Fragile !	zẽ vã·	Dễ vỡ.
Handle with care !	kənthẹn	Cẩn-thận.

ENGLISH	PRONUNCIATION	VIETNAMESE SPELLING
Give me....... piasters worth of stamps.	cɔ toy _____ də̀wŋ tɛm	Cho tôi.........đồng tem.
A postcard.	motká·y brwthiép	Một cái bưu thiếp.
I collect stamps.	toy cə·y tɛm	Tôi chơi tem.
Military Postal Zone.	khu brwcíŋ	Khu bưu-chính (K.B.C.)
What's the air mail postage for the USA ?	tɛm máybay di mĩ ba·wñiəw	Tem máy bay di Mỹ bao nhiêu ?
Eight piasters and fifty cents.	tá·mdə̀wŋ zĩəy	Tám⁻ đồng rưỡi.
How much more if it's registered ?	bả·wdả·m them ba·w̃ñiəw	Bảo-đảm thêm bao nhiêu ?
I need some writing paper and some envelopes.	toy kə̀n zə́y viétthr và· fawŋbì	Tôi cần giấy viết thơ và phong bì.
Give me two four-piaster stamps.	cɔ toy ha·yká·y tɛm bə́ndə̀wŋ	Cho tôi hai cái tem bốn đồng.

6. — NUMBERS, SIZE, TIME, ETC.

AMOUNT

ENGLISH	PRONUNCIATION	VIETNAMESE SPELLING
Little, few	ít	Ít
A little	mọt ít _or_ mọt cút	Một it _or_ một chút
A few	mọt ít _or_ mọt và·y	Một it _or_ một vài
Many	ñiəw	Nhiều
Very many	zə́t ñiəw	Rất nhiều

WHICH IS WHICH ?

1) đĩa
2) giấy
3) sì gà
4) diêm

ORDINAL NUMBERS

Note : For numbers 1-1,000, see pages.....22-23

ENGLISH	PRONUNCIATION	VIETNAMESE SPELLING
First	thɨ ñốt	Thứ nhất
Second	thɨ ha·y	Thứ hai
Third	thɨ ba·	Thứ ba
Fourth	thɨ tɪ	Thứ tư
Fifth	thɨ nam	Thứ năm
Sixth	thɨ sáw	Thứ sáu
Seventh	thɨ bẻy	Thứ bầy
Eighth	thɨ tá·m	Thứ tám
Ninth	thɨ cín	Thứ chín
Tenth	thɨ mɪềy	Tnứ mười
Eleventh	thɨ mɪềy mọt	Thứ mười một
Twelfth	thɨ mɪềy ha·y	Thứ mười hai
Twentieth	thɨ ha·ymɪềy	Thứ hai-mươi
100th	thɨ mọtcam·	Thứ một trăm
3580th	thɨ baŋìn namcam tá·mmɪềy	Thứ ba nghìn năm trăm tám mươi

ENGLISH	PRONUNCIATION	VIETNAMESE SPELLING
How large ? (What size)	láˑn baˑwñiəw	Lớn bao nhiêu ?
Large	láˑn	Lớn
Medium	ñə̃ˑ	Nhỡ
Small	ñə̉	Nhỏ
How long ? (What length)	zàˑy baˑwñiəw	Dài bao nhiêu ?
Long	zàˑy	Dài
Short	ŋán	Ngắn
Low	thə́p	Thấp
Short (person)	lừn or thə́p	Lùn or thấp
High	kaˑw	Cao
Tall (person)	kaˑw	Cao
How heavy ? (What weight)	naṇ baˑwñiəw	Nặng bao nhiêu ?
Heavy	naṇ	Nặng
Light	ñɛ̃	Nhẹ

TIME

Note : See Numbers, page **22**

ENGLISH	PRONUNCIATION	VIETNAMESE SPELLING
What time is it ?	méyzə· zòy	Mấy giờ rồi ?
It is 5 o'clock.	namzə·	Năm giờ
It's 5 : 05.	namzə· nam	Năm giờ năm.
It's 5 : 10	namzə· mɪəy	Năm giờ mười
It's 5 : 15.	namzə· mɪəylam	Năm giờ mười lăm.
It's 5 : 20.	nɛmzə· ha·ymɪəy	Năm giờ hai mươi.
It's 5 : 25.	namzə· ha·ymɪəylam	Năm giờ hai mươi lăm.
It's 5 : 30.	namzə· ba·mɪəy	Năm giờ ba mươi.
It's half past five.	namzə· zɪə̃y	Năm giờ rưỡi.
It's 5:35.	namzə· ba·mɪəylam	Năm giờ ba mươi lăm.
It's 5:40.	namzə· bónmɪəy	Năm giờ bốn mươi.
It's 5:45.	namzə· bónmɪəylam	Năm giờ bốn mươi lăm
It's 5:50.	namzə· nammɪəy	Năm giờ năm mươi.
It's 5:55.	namzə· nammɪəylam	Năm giờ năm mươi lăm
Ten minutes to 6.	sáwzə· kɛ́m mɪəy	Sáu giờ kém mười.
It's six a. m.	sáwzə· sá·ŋ	Sáu giờ sáng.
It's six p. m.	sáwzə· ciə̀w	Sáu giờ chiều.

To find out when a movie starts or when a train leaves you use the same phrase « mấy giờ » to begin each question.

ENGLISH	PRONUNCIATION	VIETNAMESE SPELLING
the movie	sine	xi-nê
begin	bátdəw	bắt đầu
When does the movie start ?	méyzə· sine bátdəw	Mấy giờ xi-nê bắt đầu ?
the train	selɨə	xe lửa
run	cạy	chạy
When does the train leave ?	méyzə· selɨə cạy	Mấy giờ xe lửa chạy
the plane	máybay	máy bay
take off	kə́tkáyŋ	cất cánh
When does the plane leave ?	méyzə· máybay kə́tkáyŋ	Mấy giờ máy bay cất cánh ?
Today.	homnay	Hôm nay.
Yesterday.	homkwa·	Hôm qua.
Day before yesterday.	homkɨə	Hôm kia.
Tomorrow.	nàyma·y or ma·y	Ngày mai or mai.

ENGLISH	PRONUNCIATION	VIETNAMESE SPELLING
Day after tomorrow.	nàykiə **or** mót.	Ngày kia *or* mốt.
In the........*or* At........	lúk _____	Lúc......................
morning	sá·ŋ	sáng
early morning	sá·ŋsə́·m	sáng sớm
afternoon	cièw	chiều
evening	tóy	tối
daytime	ba·nnày	ban ngày
dawn	zạ·ŋdəwŋ	rạng đòng
sunrise	mạtzə̀·y mạwk	mặt giời mọc
dusk	sə̀mtóy	sầm tối
sundown	mạtzə̀·y lạn	mặt giời lặn
noon	cɪ̃ə	trưa
midnight	nɪ̃ədem	nửa đêm
night	ˌba·ndem	ban đêm
Sunday	cunə̃t	Chủ nhật
Monday	thfha·y	Thứ hai
Tuesday	thfba·	Thứ ba
Wednesday	thftɪ	Thứ tư
Thursday	thfnam	Thứ năm
Friday	thfsáw	Thứ sáu
Saturday	thfbə̃y	Thứ bầy

ENGLISH	PRONUNCIATION	VIETNAMESE SPELLING
Thursday evening.	tóy thfnam	Tối thứ năm.
Saturday night.	dem thfbẩy	Đêm thứ bảy
Sunday morning.	sá·ŋ cửnẹt	Sáng chủ-nhật.
Monday afternoon.	ciầw thfha·y	Chiều thứ hai.
Tuesday noon.	cɪə thfba·	Trưa thứ ba.
January	thá·ŋziən	Tháng giêng
February	thá·ŋha·y	Tháng hai
March	thá·ŋba·	Tháng ba
April	thá·ŋtɪ	Tháng tư
May	thá·ŋnam	Tháng năm
June	thá·ŋsáw	Tháng sáu
July	thá·ŋbẩy	Tháng bảy
August	thá·ŋtá·m	Tháng tám
September	thá·ŋcín	Tháng chín
October	thá·ŋmɪầy	Tháng mười
November	thá·ŋmɪầymọt	Tháng mười một
December	thá·ŋmɪầyha·y _or_	Tháng mười hai _or_
	thá·ŋcạ·p	Tháng chạp
Day	nầy	Ngày
Week	twần	Tuần
Month	thá·ŋ	Tháng

ENGLISH	PRONUNCIATION	VIETNAMESE SPELLING
One day	mọtnày	Một ngày
Two days	ha·ynày	Hai ngày
One week	mọttwền	Một tuần
Two weeks	ha·ytwền	Hai tuần
One month	mọtthá·ŋ	Một tháng
Two months	ha·ythá·ŋ	Hai tháng
One year	mọtnam	Một năm
Two years	ha·ynam	Hai năm
Before	cɪɐ́k	Trước
8 days before	ba·này cɪɐ́k	ba ngày trước
....ago	káyk dəy ____	Cách đây............
3 days ago	káyk dəy ba·này	cách đây 3 ngày
Afterward	saw	Sau
10 days later	mɪềynày saw	mười ngày sau
More	nĩə	Nữa
10 days from now	mɪềynày nĩə	mười ngày nữa

ENGLISH	PRONUNCIATION	VIETNAMESE SPELLING
spring	mừə swən	mùa xuân
summer	mừə hạ·	mùa hạ
fall	mừə thu	mùa thu
winter	mừə dəwŋ	mùa đông
the rainy season	mừə mɪə	mùa mưa
the dry season	mừə nắŋ	mùa nắng

7.— NAMES OF THE LETTERS

LETTER	PRONUNCIATION	LETTER	PRONUNCIATION	LETTER	PRONUNCIATION
a	a·	h	há·t	p	pe
ă	á·	i	i	ph	pehá·t
â	ớ·	k	ka·	q	ku
b	be	kh	ka·há·t	r	ɛrə̀·
c	se	l	ɛnlə̀·	s	ɛtsì
ch	sehá·t	m	ɛmmə̀·	t	te
d	ze	n	ɛnnə̀·	th	tehá·t
đ	de	ng	ɛnze	tr	teɛrə̀·
e	ɛ	ngh	ɛnzehá·t	u	u
ê	e	nh	ɛnhá·t	ư	ɪ
g	ze	o	ɔ	v	ve
gh	zehá·t	ô	o	x	íksì
gi	ze-i	ơ	ə	y	i-kà·-rɛ́t

8.— ADDITIONAL TERMS
SOME DESCRIPTIVE VERBS

ENGLISH	PRONUNCIATION	VIETNAMESE SPELLING
This is.............	ká·ynày _____	Cái này.......
That is............,	ká·ydó _____	Cái đó.......
This is not............	ká·ynày khewŋ _____	Cái này không....
That is not...........	ká·ydó khewŋ _____	Cái đó không.....
This is very............	ká·ynày _____ lám	Cái này.......lắm.
This is too.......	ká·ynày _____ kwá·	Cái này......quá.
This is a little too..........	ká·ynày hə·y _____	Cái này hơi............
This is pretty.................	ká·ynày khá· _____	Cái này khá..........
This is real................	ká·ynày thẹt _____	Cái này thật..........
good	tót	tốt
bad	séw	xấu
expensive	dắt *or* mák	đắt *or* mắc
cheap	zɛ	rẻ
far	sa·	xa
near	gòn	gần
clean	sạyk	sạch

ENGLISH	PRONUNCIATION	VIETNAMESE SPELLING
dirty	bẩn	bẩn
cold	lạyŋ	lạnh
warm, hot	náwŋ	nóng
cool	má·t	mát
large	tɔ	to
small, little	bé	bé
beautiful	dẹp	đẹp
interesting	hay	hay
dull, boring	cá·n	chán
fun, exciting	vuy	vui
cute	siŋ	xinh
plenty, much	ñiềw	nhiều
little	ít	ít
enough	dủ	đủ
large, roomy	zəwŋ	rộng
tight, small	cət	chật
fast	ñayŋ	nhanh
slow	cəm	chậm

TOOLS AND SUPPLIES

ENGLISH	PRONUNCIATION	VIETNAMESE SPELLING
Barbed wire	zəythếp ga·y	giây–thép gai
Canvas	va·ybố	vải–bố
Coal	tha·n	than
Corrugated iron	tọn	tôn
Firewood	kuy	củi
Gravel	sɔy	sỏi
Hammer	búə	búa
Ladder	tha·ŋ	ṭhang
Lumber	gõ	gỗ
Nails	diŋ	dinh
Pick	kuếk	cuốc
Rope	thừŋ	thừng
Sand	ká·t	cát
Shovel	ká·ysɛ́ŋ	cái sẻng
Wire	zəy	giây

ENGLISH	PRONUNCIATION	VIETNAMESE SPELLING
Wire cutters	ká·ykìm	cái kìm
Cement	simaŋ	si-măng
Water	nɪśk	nước
Paint	sə·n	sơn
Claw hammer	bÚə díŋ	búa đinh
Padlock	ká·ykhwá·	cái khóa
Lock	ʔókhwá·	ồ khóa
Antenna	antɛn	ăng-ten
Batteries	ákkwi	ắc-quy
Electric wire	zəydiən	giäy điện
Lime	voy	vòi

WHICH IS WHICH ?

1) kim băng
2) nước chè
3) giầy
4) muối
5) thìa
6) nước uống

MONEY

ENGLISH	PRONUNCIATION	VIETNAMESE SPELLING
Vietnamese piaster	də̀wŋ	Đồng
Dime	hà·w <u>or</u> kák	Hào *or* cắc
Cent	su	Xu
One piaster	mọtdə̀wŋ	Một đồng
Ten cents	mọthà·w or mọtkák	Một hào *or* một cắc
Two piasters and fifty cents.	ha·ydə̀wŋ namhà·w <u>or</u> hạ·ydə̀wŋ zĩəy	Hai đồng năm hào *or* hai đồng rưỡi
Seven hundred and fifty piasters	bə̀ycam nammɪəy də̀wŋ <u>or</u> bə̀ycam zĩəy	Bảy trăm năm mươi đồng *or* bảy trăm rưỡi.
Two thousand piasters.	ha·yŋìn də̀wŋ	Hai nghìn đồng
Thirty thousand piasters.	ba·mɪəyŋìn də̀wŋ <u>or</u> ba·vạ·n də̀wŋ	Ba mươi nghìn đồng *or* ba vạn đồng.

WEIGHT AND MEASURES

ENGLISH	PRONUNCIATION	VIETNAMESE SPELLING
Gram	gə·ra·m	Gò-ram
Decagram	dèka·gə·ra·m	Đề-ca-gò-ram
Hectogram	áyktogə·ra·m	Ách-tò-gò-ram
Kilogram	kĭlo *or* kĭ *or* kən	Kilò *or* ký *or* cân
Ton (1,000 kilograms)	tə́n	Tấn
Liter	lĭt	Lít
Millimeter	li	Li
Centimeter	fən	Phân
Meter	mέt *or* thĭək	Mét *or* thước
Kilometer	kilomέt *or* kəysó	Ki-lô-mét *or* cày số
Square meter	thĭəkʋuəŋ	Thước vuông
Are	sà·w	Sào
Hectare	mə̃w	Mẫu

TABLE OF APPROXIMATE CONVERSIONS

Inches to Centimeters :   Multiply by 10 and divide by 4.

Yards to Meters :   Multiply by 9 and divide by 10.

Miles to Kilometers :   Multiply by 3 and divide by 5.

Gallons to Liters .   Multiply by 4 and subtract one-fifth of the number of gallons.

Pounds to Kilograms :   Multiply by 5 and divide by 11.

9.— GOVERNMENT OFFICES AND OFFICIALS

ENGLISH	PRONUNCIATION	VIETNAMESE SPELLING
President of the Republic	tə̂wŋthə́wŋ kə̀wŋhwà·	Tổng-thống Cộng-hòa
Presidency	fu̇ tə̂wŋthə́wŋ	Phủ Tổng-thống
Vice President	fǒtə̂wŋthə́wŋ	Phó-Tổng-thống
Vice Presidency	ziŋ fǒtə̂wŋthə́wŋ	Dinh Phó-Tổng-thống
Cabinet (in government)	noyká·k	Nội-các
Department (Ministry) of........	bọ _____	Bộ.........
Secretary of State, Minister	bọcɪə̂ŋ	Bộ-trưởng
Assistant Secretary of State	bọcɪə̂ŋ futǎ·	Bộ-trưởng phụ-tá
Directorate General of....	ñạ· tə̂wŋzá·mdə́wk ____	Nha Tổng-giám-đốc........
Director General	tə̂wŋzá·mdə́wk	Tổng-giám-đốc
Directorate of......	ñạ· zá·mdə́wk _____	Nha Giám-đốc.........
Director	zá·mdə́wk	Giám-đốc
Secretary General	tə̂wŋthɪkí	Tổng-thư-ký

ENGLISH	PRONUNCIATION	VIETNAMESE SPELLING
Inspector	thaɳca·	Thanh-tra
Cabinet (of a Minister)	vanfàwɳ	Văn-phòng
Director of Cabinet	dəwɳlí vanfàwɳ	Đồng-lý Văn-phòng
Chief of Cabinet	cáyɳ vanfàwɳ	Chánh Văn-phòng
Attaché of Cabinet	tha·mcáyɳ vanfàwɳ	Tham-chánh văn-phòng
Vice, Deputy	fɔ́	Phó-
Acting-	kwiən	Quyền-
Rectorate (of University)	twà· viəncɪəɳ	Tòa Viện-trưởng
Rector (of University)	viəncɪəɳ	Viện-trưởng
Dean (of College)	khwa·cɪəɳ	Khoa-trưởng
Professor	zá·wsɪ	Giáo-sư
Associate Professor	zá·wsɪ ziə̃nzá·ɳ	Giáo-sư Diễn-giảng
Assistant Professor	za·ɳsɪ	Giảng-sư
Lecturer	za·ɳviən	Giảng-viên
Instructor	za·ɳɳiəmcɪəɳ	Giảng-nghiệm-trưởng
Assistant	za·ɳɳiəmviən	Giảng-nghiệm-viên

ENGLISH	PRONUNCIATION	VIETNAMESE SPELLING
Embassy	twà· da·ysí	Tòa Đại-sứ
Chargé d'Affaires	sìlí thìðŋvu	Sử-lý Thường-vụ
Ambassador	da·ysí	Đại-sứ
Minister Plenipotentiary	síthðn twà·nkwiðn	Sứ-thần Toàn-quyền
Legation	síkwá·n	Sứ-quán
Envoy Extraordinary	daksí	Đặc-sứ
Counselor of Embassy	kóvón ŋwa·yza·w	Cố-vấn Ngoại-giao
Secretary of Embassy	tha·mvu ŋwa·yza·w	Tham-vụ Ngoại-giao
Consulate General	twà· tðwnlãyŋsɪ	Tòa Tổng-lãnh-sự
Consul General	tðwnlãyŋsɪ	Tổng-lãnh-sự
Consulate	twà· lãyŋsɪ	Tòa Lãnh-sự
Consul	lãyŋsɪ	Lãnh-sự
Vice Consul	fólãyŋsɪ	Phó Lãnh-sự
Institute of.......	viðn ____ or -viðn	Viện *or*..... Viện.......
Office of......	ña	Nha..........
Bureau of......	sð·	Sở.........
Division of......	ti	Ty............

ENGLISH	PRONUNCIATION	VIETNAMESE SPELLING
Association, Society	họy	Hội
Branch Office	cikụk	Chi-cục
Committee	wĭba·n	Ủy-ban
Subcommittee	tĭəwba·n	Tiểu-ban
National Assembly	kuśkhọy	Quốc-hội
Deputy	zənbĭšw	Dàn-biểu
Accounting	kétwá·n	Kế-toán
Administration	hàyncín	Hành-chính
Agriculture	kaynŋəwn	Canh-nòng
Agrarian Reform	ka·ykáyk dĭəndiə̣	Cải-cách điền-địa
Agricultural Credit	nəwntín	Nòng-tin
Agriculture and Forestry	nəwnŋləm	Nòng-làm
Agricultural Development	ziŋdĭən	Dinh-điền
Administrative Affairs	hàyncín	Hành-chinh
Animal Husbandry	muksúk	Mục-súc
Air bases	kankí hà·ŋkhəwŋ	Căn-cứ hàng-không

ENGLISH	PRONUNCIATION	VIETNAMESE SPELLING
Bank	nənhà·n	Ngàn-hàng
Broadcasting	votwiśn cwiènthayn	Vô-tuyến Truyền-thanh
Budget and Foreign Aid	nənsáyk·và·ŋwạ·yviən	Ngàn-sách và Ngoại-viện
Central Vietnam	cuŋfàn	Trung-phần
Chamber of Commerce	fàwn thiənmạ·y	Phòng Thương-mại
City Planning	thiśtkế dothị	Thiết-kế Đô-thị
Civic Action	kəwŋzənvụ	Công-dân-vụ
Civil Aviation	hạ·ŋkhəwn zənsɪ	Hàng-không Dàn-sự
Civil Guard	ba·wa·n	Bảo-an
Civil Service	kəwŋvụ	Công-vụ
Commerce	thiənmạ·y or thiən	Thương-mại or -thương
Cultural Affairs	vanhwá·vụ	Văn-hóa-(vụ)
Commercial Credit	thiəntín	Thương-tín
Court	twà· á·n	Tòa án
Court-martial	twà·á·n kwənsɪ	Tòa án quân-sự
Court of Appeal	twà· thiənthəm	Tòa Thượng-thẩm
Supreme Court of Appeal	twà· fá·á·n	Tòa Phá-án

WHICH IS WHICH ?

1) khuy
2) xe díp
3) giường
4) nón
5) nước chè

ENGLISH	PRONUNCIATION	VIETNAMESE SPELLING
Customs	kwa·nthwé	Quan–thuế
Domestic Trade	nɔythɪəŋ	Nội–thương
Education	zá·wzuk	Giáo–dục
Economy	kɪnté	Kinh–tế
Exchange Office	vɪən hóydwá·y	Viện hối–đoái
Exports	swétka·ŋ	Xuất–cảng
Extension Service	khwiə́nnəwŋ	Khuyến–nông
Finance	tà·ycín	Tài–chinh
Fisheries	ŋɪnɪəp	Ngư–nghiệp
Foreign Affairs	ŋwa·yza·w	Ngoại–giao
Foreign Trade	ŋwa·ythɪəŋ	Ngoại–thương
Forestry	thwɪ́ləm	Thủy–lâm
Fluvial Navigation	za·ŋvən	Giang–vận
General Treasury	təwŋŋənkhó	Tổng–ngân–khố
Health Workers	ká·nsɪ ité	Cán–sự Y–Tế
Historical Research	kha·wkŏ	Khảo–cổ
Hospital	bəyŋvɪən	Bệnh–viện
Housing	kiə́nə́wkkuk	Kiến–ốc–cục

ENGLISH	PRONUNCIATION	VIETNAMESE SPELLING
Imports	ñəpkă·ŋ	Nhập–cảng
Information	thəwŋtin	Thông–tin
Information and Youth	thəwŋtin và thayŋniən	Thông–tin và Thanh–niên
Interior	noyvu	Nội–vụ
Internal Security	noya·n	Nội–an
Justice	tɪfá·p	Tư–pháp
Labor	la·wdəwŋ	Lao–động
Land Property	diəntho	Điền–thổ
Land Reform	ka·ykáyk diəndiə	Cải–cách điền–địa
Library	thɪviən	Thư–viện
Merchant Marine	thɪəŋthwiən	Thương–thuyền
Meteorology	khítɪəŋ	Khí–tượng
Minerals	khwá·ŋcə́t	Khoáng–chất
National Assembly	kúəkhoy	Quốc–hội
National Bank	ŋənhà·ŋ kúəkza·	Ngân–hàng Quốc–gia
National Defense	kúəkfàwn	Quốc–phòng
National Economy	kɪŋté kúəkzə·	Kinh–tế Quốc–gia

ENGLISH	PRONUNCIATION	VIETNAMESE SPELLING
National Education	kúəkza· zá·wzuk	Quốc-gia Giáo-dục
National Institute of Administration	hawkviən kúəkza· hàyɲcín	Học-viện Quốc-gia Hành-Chính
Navigation	hà·ɳha·y	Hàng-hải
North Vietnam	bákfən	Bắc-phần
Notary	crəɳkhé	Chưởng-khế
Oceanography	ha·yhawk	Hải-học
Oceanographic Institute	ha·yhawkviən	Hải-học-viện
Overseas Studies	zuhawk	Du-học
Personnel	ñənviən	Nhân-viên
Planning	kéhwayk	Kế-hoạch
Police and Security	kayɳsá̰t và kəwɳa·n	Cảnh-sát và Công-an
Port Authority	thrəɳka·ɳ	Thương-cảng
Post Office	brwcín or brwdiən	Bưu-chính or Bưu-điện
Prefeet	docrən	Đô-trưởng
Prefecture	docín	Đô-chính
Press	bá·wcí	Báo-chí

ENGLISH	PRONUNCIATION	VIETNAMESE SPELLING
Protocol	ɳilẽ	Nghi-lễ
Psychological Warfare	ciə́ncayŋ təmlí	Chiến-tranh Tâm-lý
Public Works and Communications	kəwŋcín và za·wthəwŋ	Công-chính và Giao-thông
Public Buildings	kəwŋthɪ	Công-thự
Public Health	ité	Y-tế
Radio	votwiə́n cwiənthayŋ	Vô-tuyến-truyền-thanh
Railroads	hwa·sa·	Hỏa-xa
Reconstruction	kiə́nthiə́t	Kiến-thiết
Red Cross	həwŋthəptɪ	Hồng-Thập-Tự
Retirement Fund	kwĩ hɪwbəwŋ	Quỹ hưu-bồng
River Navigation	hà·ɳhà·	Hàng-hà
Social Security	a·nniŋ sã·hoy	An-ninh xã-hội
South Vietnam	na·mfə̀n	Nam-phần
Statistics	thə́wŋke	Thống-kê
Taxes	thwévu	Thuế-vụ
Telecommunications	viẽnthəwŋ	Viễn-thông

ENGLISH	PRONUNCIATION	VIETNAMESE SPELLING
Transit Authority	kəwŋkwả·n cwiəncả· kəwŋkəwŋ	Công - quản Chuyên - chở Công-cộng
Transport	vənta·y	Vận-tải
Treasury	ŋənkhố	Ngân-khổ
Tourism	zulik	Du-lịch
University	viən da·yhawk	Viện Đại-Học
Vietnam Press	viətna·m thəwŋtếnsã·	Việt-Nam Thông-Tấn-Xã
Water Supply Office	sa·nkếp thwikuk	Sản-cấp Thủy-cục
Youth, Physical Education and Sports	thayŋiən thəzuk và· thəthạ·w	Thanh-niên, Thể-dục và Thể-thao

ENGLISH	PRONUNCIATION	VIETNAMESE SPELLING
International Control Commission (ICC)	wĭhoy kuə́kté kiə̆m-swá·t	Ủy-hội Quốc-tế (Kiểm-soát)
Liaison Officer	sĭkwa·n liənla·k	Sĩ-quan liên-lạc
United Nations	liənhiəpkuə́k	Liên-hiệp-quốc
World Health Organization	tŏcfk ité thézə́·y	Tổ-chức Y-tế Thế-giới
U.N E.S.C.O.	tŏcfk zá·wzuk khwa·-hawk và· vanhwá· liənhiəpkuə́k	Tổ-chức (Giáo-dục, Khoa-học và) Văn-hóa Liên-hiệp-Quốc
I L.O.	tŏcfk la·wdə̆wŋ kuə́kté	Tổ-chức Lao-động Quốc-tế
F.A.O.	tocfk nəwŋliən kuə́kté	Tổ-chức Nông-lương Quốc-tế
I.C.A.O.	tŏcfk hà·ŋkhəwŋ zen-sı kuə́kté	Tổ-chức Hàng không Dân-sự Quốc-tế
International Bank	ŋənhà·ŋ kuə́kté	Ngân-hàng Quốc-tế
International Monetary Fund	kwĭ tiə̆nte kuə́kté	Quỹ Tiền-tệ Quốc-tế

ENGLISH	PRONUNCIATION	VIETNAMESE SPELLING
Universal Postal Union	liənhiəp bɪwcín ,thézə·y	Liên-hiệp Bưu-chính Thế-giới
World Meteorological O.	tocfk khítɪəŋ thézáy	Tổ-chức Khí-tượng Thế-giới
Colombo Plan	kếhwayk koləwŋbo	Kế-hoạch Cỏ-lòng-bô
International Rescue Committee (IRC)	wiba·n kfwcə·kuẩkté	Ủy-ban Cứu-trợ Quốc-tế
The Asia Foundation	kə·kwa·n viəncə· vanhwá· ấ·ĉəw	Cơ-quan Viện-trợ Văn-hóa Á-châu
Care	hə·ptáʂksã· fənfóy ·taŋfəm	Hợp-tác-xã Phàn-phối Tặng-phẩm
World University Service	tɪəñcə· dạ·yhạwk kuẩkté	Tương-trợ Đại-học Quốc-tế
Summer Institute of Linguistics	họy niənkíw ŋĩhạwk	Hội Nghiên-cứu Ngữ-học
Alliance Francaise	fá·pvan dəwŋmiŋhoy	Pháp-văn Đồng-minh-hội
Rotary Club	fùlwənhoy	Phù-luân-hội
Jaycee	thayŋthɪəŋhoy	Thanh-thương-hội
Vietnam - Philippines Association.	họy viətfi	Hội Việt-Phi
Vietnamese - American Association.	họy viətmĩ	Hội Việt-Mỹ

11.— IMPORTANT SIGNS

ENGLISH	PRONUNCIATION	VIETNAMESE SPELLING
Pharmacy	hiəw thuə́ktəy	HIỆU THUỐC TÂY
After-hour Doctor	bá·ksĩ thrə̀ncɪk	BÁC-SĨ THƯỜNG-TRỰC
Immigration	nwa·ykiəw	NGOẠI-KIỀU
Cab Stand	cõ dəw sɛ táksi	CHỖ ĐẬU XE TAXI
Beware of Dogs	koycr̀n cózĩ	COI CHỪNG CHÓ DỮ
Bicycles and Non-motorized Vehicles	dɪə̀n zàynziən co sɛ khəwŋ dəwŋkə·	ĐƯỜNG DÀNH RIÊNG CHO XE KHÔNG ĐỘNG CƠ
Control Post	ca·m kiəmswá·t	TRẠM KIỀM-SOÁT
Driveway	sɛ za· và·w thrə̀n-cɪk	XE RA VÀO THƯỜNG TRỰC
Danger	ŋwihiəm	NGUY-HIỀM
Don't Park Your Bikes Here	kə́m de sɛda·p	CẤM ĐỀ XE ĐẠP
Free Admission	và·w kiə tɪzo, or za vo thawŋthà·	VÀO CỬA TỰ DO or RA VỎ THONG THẢ
Entrance	ló̱y và·w	LỐI VÀO
Exit	ló̱y za·	LỐI RA

WATCH THE SIGNS

CẤM VÀO   CẤM HÚT THUỐC   CẤM CHỤP HÌNH

ENGLISH	PRONUNCIATION	VIETNAMESE SPELLING
For Left Turn : Stay In Left Lane	muốŋ kwɛw bencá·y fa·y cạy kọn ben cá·y	MUỐN QUẸO BÊN TRÁI PHẢI CHẠY CẬN BÊN TRÁI
Gents	dà·nəwŋ	ĐÀN ÔNG
Government Vehicles	kəwŋsa·	CÔNG-XA
Hospital. Quiet	bəyŋviən | sin zĩ ·iən tĩŋ	BỆNH-VIỆN. XIN GIỮ YÊN TĨNH
Keep Off The Grass	kấm di len kỏ	CẤM ĐI LÊN CỎ
Information	fàwŋ vấnsr	PHÒNG VẤN-SỰ
Inquiries	sin hỏy twĩfá·y	XIN HỎI TÙY-PHÁI
Ladies	dà·nbà·	ĐÀN BÀ
Men working in city on the highway	koycr̀ŋ sẻ·là·m kəwŋcrə̀ŋ	COI CHỪNG SỞ LÀM CÔNG-TRƯỜNG
No Bicycle	kấm sɛda·p lɪwhằyŋ	CẤM XE ĐẠP LƯU-HÀNH
Military Vehicles	kwənsa·	QUÂN-XA
City Line	zayŋ ___	RANH............
No Entrance	kấm và·w	CẤM VÀO
No Horn Blowing	kấm bóp kòy or kấm nạn kèn `	CẤM BÓP CÒI OR CẤM NHẬN KÈN

ENGLISH	PRONUNCIATION	VIETNAMESE SPELLING
No Loitering	kấm ŋɾèylạ· và·w sẻ·	GẤM NGƯỜI LẠ VÀO SỞ
No Parking	kấm dẹw sɛ	CẤM ĐẬU XE
No Passing	kấm vɪẹt	CẤM VƯỢT
No Photographing	kấm cụp hìn	CẤM CHỤP HÌNH
No Smoking	kấm hút thuấk	CẤM HÚT THUỐC
No Spitting	kấm khạ·k ñỏ	CẤM KHẠC NHỒ
Quiet, Hospital	ɪənlạn gền dến ñà·thɾɪən	YÊN LẶNG. GẦN ĐẾN NHÀ THƯƠNG
One-way Street	dɪền mọt cɪềw	ĐƯỜNG MỘT CHIỀU
Office Hours	zề· mề· kɪề	GIỜ MỞ CỬA
Parking	cõ dẹw sɛ	CHỖ ĐẬU XE
Parking Reserved For......	bénsɛ zàynzɪən cə __	BẾN XE DÀNH RIÊNG CHO............
Park On Odd-numbered Days	fíə dẹw sɛ ñày lẻ	PHÍA ĐẬU-XE NGÀY LẺ
Park on Even-Numbered Days	fíə dəw sɛ ñày cãn	PHÍA ĐẬU XE. NGÀY CHẦN

ENGLISH	PRONUNCIATION	VIETNAMESE SPELLING
Province Line	zayŋ tỉn _____	RANH TỈNH............
Quiet. Hospital	sin zĩ iəntĩŋ bəyŋyiən	XIN GIỮ YÊN - TĨNH. BỆNH-VIỆN
Post No Bills	kấm zá·n zấy	CẤM DÁN GIẤY
School.	crềŋ hạwk	TRƯỜNG-HỌC
Slow	cầmcəm	CHẦM-CHẬM
Strictly No Parking	kấm dẻ ká·klwạ·y sɛ	CẤM ĐỀ CÁC LOẠI-XE
Stop	zìn la·y	DỪNG-LẠI
Use Litter Bags	sin bỏ zá·k và·w zỏ	XIN BỎ RÁC VÀO GIỎ